ഗ്രീൻ ബുക്സ്

ആയിരം ചിറകുള്ള പക്ഷി

വി.ജി. തമ്പി

കവി, നിരൂപകൻ, പത്രാധിപർ, അധ്യാപകൻ, സംവിധായകൻ. 1955 ഓഗസ്റ്റ് 12ന് തൃശൂരിൽ ജനനം. തൃശൂർ ശ്രീകേരളവർമ്മ കോളേജിൽ മുപ്പത്തിമൂന്നു വർഷം അധ്യാപകനായിരുന്നു. കൊടകര സഹൃദയ കോളേജ് ഓഫ് അഡ്വാൻസ്ഡ് സ്റ്റഡീസിൽ ലാംഗ്വേജ് ആന്റ് ലിറ്ററേച്ചർ ഡീൻ ആയി പ്രവർത്തിക്കുന്നു. കവിത, ലേഖനം, യാത്രാവിവരണം തുടങ്ങിയ മേഖലകളിൽ നിരവധി കൃതികൾ രചിച്ചിട്ടുണ്ട്. വിവിധ ഭാഷകളിൽ കവിതകൾ പരിഭാഷ ചെയ്യപ്പെട്ടിട്ടുണ്ട്. 15 ഹ്രസ്വചലച്ചിത്രങ്ങൾ സംവിധാനം ചെയ്തു.. രസന, കനൽ, പാഠഭേദം എന്നീ സമാന്തര പ്രസിദ്ധീകരണങ്ങളുടെ പത്രാധിപച്ചുമതല. 'ശ്രദ്ധ' ഓൺലൈൻ മാസികയുടെ എഡിറ്റർ. എഴുത്ത് മാസികയുടെ ചീഫ് എഡിറ്ററായി പ്രവർത്തിച്ചു. കേരള സാഹിത്യ അക്കാദമി അവാർഡ്, അബുദാബി ശക്തി അവാർഡ്, സിദ്ധാർത്ഥ ഫൗണ്ടേഷൻ കാവ്യ പുരസ്കാരം, കെ. ദാമോദരൻ സ്മാരക പുരസ്കാരം, കെ.എം. തരകൻ സ്മാരക സമഗ്ര സംഭാവന പുരസ്കാരം ഉൾപ്പെടെ ഇരുപതോളം അവാർഡുകൾ.

ലേഖനം
ആയിരം ചിറകുള്ള പക്ഷി

വി.ജി. തമ്പി

ഗ്രീൻ ബുക്സ്

green books private limited
gb building, civil lane road, ayyanthole,
thrissur- 680 003, kerala, ph: +91 487-2381066, 2381039
website: www.greenbooksindia.com
e-mail: info@greenbooksindia.com

malayalam
ayiram chirakulla pakshi
article
by
v.g. thampy

first published april 2019
copyright reserved

cover design : vinaylal

branches:
thrissur 0487-2422515
palakkad 0491-2546162
thiruvananthapuram 0471-2335301
calicut 0495 4854662
kannur 0497-2763038

isbn : 978-93-88830-35-5

no part of this publication may be reproduced,
or transmitted in any form or by any means,
without prior written permission of the publisher.

GMPL/1079/2019

മുഖക്കുറി

മനുഷ്യവംശം അഭിമുഖീകരിക്കുന്ന വർത്തമാനകാല ജീവിതത്തിന്റെ പ്രതിസന്ധികൾ, സാംസ്കാരിക അപചയങ്ങൾ, സർഗ്ഗാത്മക ജീർണതകൾ തുടങ്ങിയ വിവിധ വിഷയങ്ങളിലൂടെ മനുഷ്യജീവിതത്തിന്റെ നാൾവഴികൾ രേഖപ്പെടുത്തുന്ന കൃതി. നവആത്മീയതയും പ്രത്യാശയും കനിവും കരുതലും നിറഞ്ഞ ചിന്തയുടെ കാവ്യാത്മകരചന.

കൃഷ്ണദാസ്
മാനേജിങ് എഡിറ്റർ

ഉള്ളടക്കം

ആമുഖം 09
വി.ജി. തമ്പി

അവതാരിക
ജ്ഞാനസാന്ദ്രം 11
ഡോ. പി.വി. കൃഷ്ണൻ നായർ

ആയിരം ചിറകുള്ള പക്ഷി 17
വിശപ്പിന്റെ ഉമിനീരിൽ നനയണം 20
തലയുയർത്തി നിൽക്കുക,
ഭൂമിമലയാളമേ 22
കുട്ടികളെ
മുതിർന്നവരാക്കരുതേ! 24
വിത്തും മണ്ണും:
ജൈവരഹസ്യങ്ങൾ 26
അനാഥർ:
അലയുന്ന നക്ഷത്രങ്ങൾ 28
പാതകൾ
അകത്തേക്കും പുറത്തേക്കും 30
പ്രളയാനന്തര കേരളം
താക്കീതും പ്രാർത്ഥനയും 33
അഴുക്കും അഴകും 35
വിദ്യാഭ്യാസം:
ഒരു ഹൃദയശുശ്രൂഷ 37
ദാഹത്തിന്റെ വ്രണിതയാത്ര 39
ഉയിർത്തെഴുന്നേല്പ് 41
ജീവിതത്തിന്റെ ബദൽവഴികൾ 43

ദേശീയത അടിച്ചേല്പിക്കപ്പെടുമ്പോൾ... 45

വീടിന്റെ നീതിപടലങ്ങൾ 47

കാമ്പസ്: ചില തിരുത്തുകൾ 49

ഒഴുക്കിലെ ഒരില 51

എന്തുകൊണ്ട്
ജനകീയ ദൈവശാസ്ത്രം? 55

ആഴക്കടൽപ്പച്ച
പെണ്മ ജീവിതമെഴുതുമ്പോൾ 57

ലൈംഗികതയെ
അശ്ലീലമാക്കുന്ന ആണത്തം 59

അധികാരത്തിന്റെ അറവുമാടുകൾ 61

ഭയം ആകാശങ്ങളെ അപഹരിക്കുന്നു 64

ജൈവമനുഷ്യന്റെ പിറവി 66

യതിയാത്രകൾ 68

പാദരക്ഷയില്ലാതെ 70

ജീവിക്കുന്നു,
ഞാനെന്നുള്ളിൽ ജീവിക്കാതെ 73

ഉന്മാദം സ്വാതന്ത്ര്യമാണ് 76

വായനയുടെ ജ്ഞാനസ്നാനം 79

ഉച്ഛിഷ്ടങ്ങൾ
പറയുന്നതും പറയാത്തതും 82

പൂവിലൊളിച്ച
കാട്ടുമൃഗത്തിന്റെ മുരൾച്ചകൾ 85

പൂരനടത്തം ഓർമ്മവഴികളിൽ 88

ആത്മപ്രഭയുള്ള പെൺകുട്ടി 91

ആത്മഹത്യയുടെ ആത്മീയത 95

ഭൂമിയെ പച്ച പുതപ്പിക്കുവാൻ 97

ഒരു തുള്ളി കിറുക്ക് 99

ചിന്തിക്കുന്ന ഹൃദയങ്ങൾക്ക് 102

ഓർമ ഒരു ചെറുത്തുനിൽപ്പാണ്; മറവിയും 105

ആരാണ് അപരൻ? 107

ഒറ്റകൾ 109

ദൈവം മറന്നുവെച്ച ഒരാൾ 111

ലളിതമായ ഈ ചെറിയ പുസ്തകം ഞാൻ എഴുതി എന്നു പറയുന്നതിനേക്കാൾ എന്നിലൂടെ എഴുതപ്പെട്ടു എന്നു പറയുന്നതാകും സത്യസന്ധം. എത്രയോ പേരുടെ വലിയ സ്നേഹവും പ്രചോദനവും ഈ പുസ്തകത്തിലെ ആശയങ്ങളെ പൊതിഞ്ഞു നിൽക്കുന്നുണ്ട്.

പാണ്ഡിത്യത്തിന്റെ അധികഭാരങ്ങളില്ലാത്ത ലളിതവിചാരങ്ങളുടെ ഒരു സമാഹാരമാണിത്. മുൻവിധികളോ പഴകിയ വാസനകളോ ഒരു തരത്തിലുമുള്ള ശാഠ്യങ്ങളോ കലുഷമാക്കരുത് എന്ന് ആഗ്രഹിച്ചു. ഹൃദയവും ബുദ്ധിയും പിളർക്കാതെ എഴുതാനാകുമോ എന്ന് പരീക്ഷിച്ചു.

ഹൃദയശൂന്യമായ ചിന്തകൾക്കൊണ്ടെന്തു പ്രയോജനം? 'അഭിഷേകമില്ലാത്ത വായനയും ഭക്തിയില്ലാത്ത യുക്തിവിചാരവും ആനന്ദമില്ലാത്ത നിരീക്ഷണവും പ്രത്യാശയില്ലാത്ത ആകുലതകളും ആർദ്രതയില്ലാത്ത കണ്ടെത്തലുകളും സ്നേഹമില്ലാത്ത അറിവും' എഴുത്തിനെ കീഴ്പ്പെടുത്തരുതേ എന്ന് തീവ്രമായി പ്രാർത്ഥിച്ചു.

മലയാളഭാവനയുടെ ഭാവിരൂപം എന്ന അടയാള വാക്യവുമായി പ്രസിദ്ധീകരിക്കുന്ന 'എഴുത്ത്' മാസികയുടെ പത്രാധിപക്കുറിപ്പുകളാണ് ഈ പുസ്തക ത്തിലേറെയും. ഓരോ ലക്കവും ഓരോ വിഷയം ഫോക്കസ് ചെയ്യുന്ന മാസികയാണത്. കേരളത്തിലെ ജസ്യൂട്ട്സമൂഹമാണ് എഴുത്ത് മാസികയ്ക്ക് നേതൃത്വം നൽകുന്നത്. ജസ്യൂട്ട് വൈദികരായ എം.കെ. ജോർജ്ജ്, ബിനോയ് പിച്ചളക്കാട്ട്, റോയ് എം. തോട്ടം എന്നിവരും ശാസ്ത്രജ്ഞനായ എഴുത്തുകാരൻ ഡോ. ബാബു ജോസഫും ഉൾപ്പെടെ ഒരു വലിയ നിര ധൈഷണിക

കൂട്ടായ്മയാണ് എഴുത്ത് മാസികയുടെ ശില്പികൾ. അവർക്കൊപ്പം പത്രാധിപക്കുറിപ്പുകൾ തയ്യാറാക്കുവാൻ എനിക്കേറ്റവും പ്രചോദനം പകർന്നത് മാസികയുടെ സബ് എഡിറ്ററും കവിയുമായ അനൂപ് എം.ആർ. ആണ്. അനൂപിന്റെ ചിന്തകൾക്കും ഭാഷയ്ക്കും ഒരു മാന്ത്രിക സൗന്ദര്യം ഞാനാസ്വദിച്ചിട്ടുണ്ട്. എം.എസ്. ബനേഷും എഡിറ്റോറിയൽ ടീമിൽ തനിക്ക് കരുത്തായിരുന്നു.

കവി ബിജോയ് ചന്ദ്രന്റെ 'തോർച്ച' എന്ന സമാനത കളില്ലാത്ത സമാന്തരമാസികയിൽ എഴുതിയ കുറിപ്പുകളും ഈ പുസ്തകത്തിൽ ചേർത്തിട്ടുണ്ട്.

പുസ്തകത്തിന് അവതാരിക എഴുതിയ ഡോ. പി.വി. കൃഷ്ണൻ നായർ ജീവിതവഴിയിൽ എന്റെ പ്രകാശഗോപുരമാണ്. അർഹിക്കുന്നതിലേറെ സ്നേഹവാത്സല്യങ്ങൾ കോരിച്ചൊരിഞ്ഞുകൊണ്ടാണ് അദ്ദേഹം അവതാരിക എഴുതിയിരിക്കുന്നത്.

ചിതറി കിടന്ന കുറിപ്പുകൾക്ക് പുസ്തകരൂപം പകർന്നത് ഗ്രീൻ ബുക്സിലെ കൃഷ്ണദാസാണ്.

എന്റെ പ്രിയപ്പെട്ട കുടുംബം, റോസിയും മക്കൾ ചാരുലതയും സ്വാതിലേഖയും ഈ പുസ്തകത്തിന്റെ ആദ്യ വായനക്കാരികളാണ്. ഓരോ പുലർകാലത്തും എഴുതി പൂർത്തിയാക്കുന്ന ഈ കുറിപ്പുകൾ പ്രഭാത ചായയ്ക്കൊപ്പം ആദ്യം വായിച്ചു കേട്ട് വിമർശിച്ചും വിയോജിച്ചും വിസ്മയിപ്പിച്ച അവർക്കുകൂടി എന്റെ നന്ദിയുടെ സ്നേഹചുംബനം.

പുസ്തകത്തിന്റെ ഫലശ്രുതിയായി തീരേണ്ട വാക്യം ഞാനാവർത്തിക്കുന്നു. ഞങ്ങളുടെ ലോകത്തെ ഞങ്ങളുടെ നുണകളിൽനിന്നും രക്ഷിക്കട്ടെ.

സ്നേഹം, അല്ലാതെന്ത്?

വി.ജി. തമ്പി

അവതാരിക
ജ്ഞാനസാന്ദ്രം
ഡോ. പി.വി. കൃഷ്ണൻ നായർ

പ്രൊഫ. വി.ജി. തമ്പിയുടെ രചനാത്മക വ്യക്തിത്വത്തിന്റെ കൊടിയടയാളം സർഗ്ഗാത്മക ഭാവനയാണ്. ഒരു പുതിയ ആശയത്തെയോ അന്തർദർശനത്തെയോ ഉല്പാദിപ്പിക്കുന്ന മനോവ്യാപാരമാണ് സർഗ്ഗാത്മക ഭാവന. ക്ലേശം നിറഞ്ഞ പ്രയത്നവും ഏകാഗ്രമായ ധ്യാനവുമായി അഭേദ്യമാംവിധം ബന്ധപ്പെട്ടതാണ് സർഗ്ഗാത്മക ഭാവനയെന്ന് വിവരിക്കപ്പെട്ടിട്ടുണ്ട്. "ബാഷ്പമയമായ ശൂന്യതയ്ക്ക് പ്രാദേശികമായ നിലയവും നാമവും നൽകുന്നത് ഭാവനയാണെന്ന്" ഷേക്സ്പിയർ പാടിയപ്പോൾ "ഈശ്വരന്റെ സർഗ്ഗശക്തിയുടെ മാനുഷികമായ പ്രതിബിംബമാണ് അതെന്ന്" കവിയും വിമർശകനുമായ കോളറിഡ്ജ് വിശദീകരിച്ചു.

താൻ പ്രവർത്തിച്ച എല്ലാ മണ്ഡലങ്ങളെയും സർഗ്ഗാത്മകത കൊണ്ടും ഭാവനകൊണ്ടും പൊന്നു പൂശാൻ തമ്പിക്ക് കഴിഞ്ഞിട്ടുണ്ട്. തമ്പിയുടേത് ഏകമാന സ്വഭാവമല്ല. വലിയൊരു റേഞ്ച് അദ്ദേഹത്തിനുണ്ട്. അതുകൊണ്ടുതന്നെ കവിത, അധ്യാപനം, നിരൂപണം, സമാന്തര പ്രസിദ്ധീകരണങ്ങളുടെ പത്രാധിപത്യം, ഹ്രസ്വചലച്ചിത്രങ്ങൾ, സഞ്ചാരസാഹിത്യം, പ്രഭാഷണം തുടങ്ങിയ നിരവധി മണ്ഡലങ്ങളെ തനിക്ക് കടപ്പെടുത്തുവാൻ തമ്പിക്കു കഴിഞ്ഞു. അദ്ദേഹത്തിന്റെ മികവാർന്ന സംഭാവനകളെയെല്ലാം എണ്ണി തിട്ടപ്പെടുത്താൻ മലയാളിക്ക് കഴിഞ്ഞിട്ടില്ല. സുകുമാർ അഴീക്കോട്, പ്രൊഫ. എം. തോമസ് മാത്യു, സച്ചിദാനന്ദൻ, സക്കറിയ, ആഷാമേനോൻ, ബാലചന്ദ്രൻ ചുള്ളിക്കാട് തുടങ്ങിയ പ്രഗത്ഭരുടെ എഴുത്തും വാക്കും മറന്നുകൊണ്ടല്ല ഞാനിതു പറയുന്നത്. പുതുമയുടെ വെളിച്ചവും ആദർശബോധത്തിന്റെ അസ്വസ്ഥതയും തലമുറകൾക്ക് നൽകിയ അധ്യാപകൻ, അനീതികൾക്കെതിരെ

അചഞ്ചലമായ നിലപാട് കൈക്കൊള്ളുന്ന നിഷേധി, ആദർശ ബോധവും ജ്ഞാനശീലവും നന്മയിലും ആത്മീയതയിലും വിശ്വാസവുമുള്ള വ്യക്തി, സർഗ്ഗാത്മക കൃതികളിൽനിന്ന് നിർവൃതി നുകർന്ന എഴുത്തുകാരൻ – ഈ നിലയിലെല്ലാം തമ്പി ഭാവിയിൽ മനസ്സിലാക്കപ്പെടും.

വി.ജി. തമ്പിയുടെ ഏറ്റവും പുതിയതും ഏറ്റവും ചെറുതുമായ പുസ്തകമാണ് 'ആയിരം ചിറകുള്ള പക്ഷി'. ഒരുപക്ഷേ തമ്പിക്ക് ഏറ്റവും ആനന്ദം പകർന്ന പുസ്തകവും ഇതാവും. പ്രത്യാശയുടെയും സ്വാതന്ത്ര്യത്തിന്റെയും പ്രതീകമാണ് ആയിരം ചിറകുള്ള പക്ഷി. പ്രത്യാശയുടെ പ്രാധാന്യം വിശ്വപ്രതിഭകളുടെ – കൺഫ്യൂഷ്യസ്, എമിലി ഡിക്കിൻസൻ, നെൽസൺ മണ്ടേല, ദാന്തേ, നെരൂദ, ടോൾസ്റ്റോയ്, ഒ ഹെൻറി, ഡോസ്റ്റോവ്സ്കി – വചസ്സുകളെ ഉദാഹരിച്ചും ഉദ്ധരിച്ചും ഗ്രന്ഥകർത്താവ് വിവരിക്കുന്നുണ്ട്. "പ്രളയത്തിനും മഹാദുരിതങ്ങൾക്കും ശേഷം അസ്തമിക്കാനുള്ളതല്ല നമ്മുടെ പ്രത്യാശകൾ. അത് അറുത്തുമാറ്റാനാവാത്ത ആറാമിന്ദ്രിയം പോലെയാണ്. മരണം വീഴ്ത്തിക്കളയുന്ന മഹാവൃക്ഷത്തിന്റെ ഒടിഞ്ഞ ചില്ലയിലിരുന്ന് ആകാശമുയരത്തിൽ അസാധ്യങ്ങളെ സ്വപ്നം കാണലാണത്. പ്രത്യാശകളുടെ ചിറകരിയുക എന്നതാണ് ആധിപത്യത്തിന്റെ എല്ലാ പ്രത്യയശാസ്ത്രങ്ങളും ചരിത്രത്തിലുടനീളം ശ്രമിച്ചത്. വിലക്കുകളിലും ഇരുട്ടുകളിലും കിടന്നുകൊണ്ട് മനുഷ്യരാശി വെളിച്ചത്തിലേക്ക് വൻകുതിരശക്തികളായി കുതിച്ചതിന്റെ രക്തരേഖകളാണ് ജനാധിപത്യസമരങ്ങൾ. പ്രകാശവേഗത്താൾ വേഗമുണ്ട് പ്രത്യാശ വേഗങ്ങൾക്ക്. ദലിതന്റെയും ആദിവാസിയുടെയും ന്യൂനപക്ഷത്തിന്റെയും പ്രത്യാശകളിൽ പ്രതിരോധത്തിന്റെ ഉജ്ജ്വലമായ ഊർജ്ജമുണ്ട്." പ്രത്യാശയെക്കുറിച്ചുള്ള ഗ്രന്ഥകാരന്റെ ആശയവ്യാപാര വൈഭവം മനസ്സിലാക്കുവാൻ ഈ വാക്കുകൾ സഹായിക്കും. അകലെ ചക്രവാളത്തിൽ ഭാസുരനക്ഷത്രമായ പ്രഭ ചൊരിയുന്ന സ്വപ്നം ഈ പ്രത്യാശയുടെ കൂട്ടുകാരനാണ്. ശിരസ്സുകൾ ആദർശങ്ങളുടെ നക്ഷത്രമണ്ഡലങ്ങളിലേക്കു തന്നെ ഉയർത്തിപ്പിടിക്കാനുള്ള ഉത്സാഹവും അജ്ഞാതങ്ങളായ ആശയമണ്ഡലങ്ങളിലേക്ക് എത്തിപ്പിടിക്കാൻ വെമ്പുന്ന ചിന്തയുടെ അധ്യഷ്യമായ ആവേശവും പകർന്നുതരുന്ന പുസ്തകമാണ് ഇത്.

രസന, കനൽ, പാഠഭേദം തുടങ്ങിയ പ്രസിദ്ധീകരണങ്ങൾ തമ്പി മുമ്പ് നന്നായി നടത്തിയിരുന്നു. ഇളംതലമുറയിലെ പല എഴുത്തുകാരുടെയും ശ്രദ്ധേയമായ രചനകളും വെളിച്ചം കണ്ടത് അവയിലൂടെയാണ്. നമ്മുടെ സെൻസിബിലിറ്റിയെ

സ്വാധീനിക്കുവാനും അവയ്ക്കു കഴിഞ്ഞു. പ്രൊഫസർ തമ്പി അത് ഇങ്ങനെ ഓർക്കുന്നു: "എന്റെ സ്വകാര്യതകളുടെ ആനന്ദങ്ങളും അഹന്തകളും വലയം ചെയ്തു നിൽക്കുന്ന എത്രയോ മാസികകൾ. ആന്തരികശൂന്യതകളെ പൂരിപ്പിച്ച അത്തരം മാസികകൾക്കൊത്തുള്ള ജീവിതമാണ് എന്നെ നിലനിർത്തിക്കൊണ്ടിരുന്നത്." ആ സർഗ്ഗാത്മകസുഗന്ധത്തിന്റെ തുടർച്ചയായി, മലയാളഭാവനയുടെ ഭാവിരൂപമായി മികച്ച രചനകളും ചിന്തകളുമായി 'എഴുത്ത്' മാസിക നമുക്കു ലഭിക്കുന്നു; കുറച്ചു വർഷങ്ങളായി തമ്പിയാണ് പത്രാധിപർ. സമകാലിക മലയാള സാഹിത്യത്തിന്റെയും സംസ്കാരത്തിന്റെയും ചിന്തയുടെയും സൂക്ഷ്മദർശനം എഴുത്ത് നിർവ്വഹിക്കുന്നു. ഓരോ ലക്കവും കാലിക പ്രസക്തിയുള്ള വിഷയങ്ങളെ ഫോക്കസ് ചെയ്ത് അതാത് രംഗത്തുള്ള പ്രഗത്ഭരുടെ വിചിന്തനങ്ങൾ കൊണ്ട് ശ്രദ്ധേയമാണ്. സഹനവും പ്രത്യാശയും സ്വാതന്ത്ര്യവും ഏകാന്തതയും നിശ്ശബ്ദതയും നീതിയും അധികാരവും അപരനും അനാഥനും ദാഹവും വിശപ്പും... ഇങ്ങനെ മലയാളിയെ ആത്മബോധമുള്ള ജനതയായി ഉയർത്താൻ സഹായകമായ വിചിന്തനങ്ങളും വിമർശനങ്ങളും കൊണ്ട് മുന്തിയ മാസികമായി 'എഴുത്ത്' ശ്രദ്ധിക്കപ്പെട്ടു കഴിഞ്ഞു. വർഷങ്ങൾക്കു മുമ്പ് എം. ഗോവിന്ദന്റെ 'സമീക്ഷ' ചെയ്തതും ഇതാണ്, മറ്റൊരു പരിപ്രേക്ഷ്യത്തിൽ. 'എഴുത്തി'ൽ എഴുതിയ പത്രാധിപക്കുറിപ്പുകളാണ് മൊത്തത്തിൽ ഈ പുസ്തകത്തിന്റെ പ്രമേയ വിസ്തൃതി.

സാന്ദ്രഭാഷയിലാണ് തമ്പിയുടെ രചനകൾ വാർന്നുവീണത്. സ്ഥൂലത്തെ സൂക്ഷ്മതയിലാക്കുന്നതിൽ തമ്പിക്ക് പ്രത്യേകമായ കഴിവുണ്ട്. ഒരർത്ഥത്തിൽ ഈ ലേഖനങ്ങൾ ആത്മവിമർശനങ്ങളാണ്. അതിലൂടെ ഗ്രന്ഥകർത്താവ് സംസാരിക്കുന്നത് മുഴുവൻ ലോകത്തോടുമാണ്. എന്നാൽ സ്വകാര്യതയുടെ ഒരു പുസ്തകവുമാണിത്. സ്വകാര്യതയും സൃഷ്ടിയും തമ്മിലുള്ള ബന്ധത്തെ ഏകാന്തത (Solitude) എന്ന ഗ്രന്ഥത്തിൽ ആന്റണി സ്റ്റോർ എന്ന മനഃശാസ്ത്രജ്ഞൻ വിവരിക്കുന്നുണ്ട്.

ഈ ലേഖനങ്ങൾ സമകാലികതയിൽ ഊന്നിനിൽക്കുന്നു. പ്രൊഫസർ തമ്പിക്ക് നല്ല കാലബോധവും ലോകബോധവും കലാബോധവുമുണ്ട്. എഴുപതുകളിൽ ആധുനികതയെയും സമകാലികതയെയും പുതിയ സൗന്ദര്യബോധത്തെയും കുറിച്ചുള്ള ചർച്ചകൾ ലോകമെമ്പാടുമെന്ന പോലെ മലയാളത്തിലും സജീവമായിരുന്നു. സ്റ്റീഫൻ സ്പെൻഡർ, ലോറൻസ് ഡ്യുറൽ, ജോർജ് സ്റ്റേയ്നർ തുടങ്ങിയവരുടെ ഗ്രന്ഥങ്ങൾ ഇതിന് നിദർശനമാണ്. അകത്തേക്കും പുറത്തേക്കും ഒരേ

സമയം തുറക്കുകയും അടക്കുകയും ചെയ്യുന്ന പഠനങ്ങൾ. തമ്പിയുടെ ഈ പുസ്തകത്തിന്റെ സ്വരൂപവും അതാണ്.

ഈ പുസ്തകം അടുത്തുവെച്ച് സൂക്ഷ്മമായി വായിക്കുമ്പോൾ ജീവിക്കാനും അതിജീവിക്കാനും ഗ്രന്ഥകാരൻ പിടയുന്നതു മനസ്സിലാകും. ദാർശനികമായ ഒരു അശാന്തി അനുഭവിക്കുന്ന മനസ്സാണ് തമ്പിയുടേത്: തമ്പിയുടെ "യൂറോപ്പ്: ആത്മചിഹ്നങ്ങൾ" എന്ന ഒന്നാംകിട യാത്രാവിവരണത്തെ കുറിച്ചു പറയുമ്പോൾ ഒരേസമയം ഒരു ആത്മീയ തീർത്ഥാടനവും സാംസ്കാരികസഞ്ചാരവുമാണ് ഈ മനോഹരമായ പുസ്തകം എന്ന് സച്ചിദാനന്ദൻ രേഖപ്പെടുത്തുന്നുണ്ട്. ഈ കൃതിക്കും അതു ബാധകമാണ്.

എന്നാൽ ഈ പുസ്തകം വായിച്ചുതീർന്നപ്പോൾ ഗ്രീക്കു ചിന്തകനായ ഹേരാക്ലൈറ്റസ് മനസ്സിൽ വന്നു. അവസാന കാലത്ത് അദ്ദേഹത്തിന് മനുഷ്യനിലുള്ള വിശ്വാസം നഷ്ടപ്പെട്ടു പോയി. ആധുനിക കാലത്തെ നല്ലൊരു ഉദാഹരണം സ്റ്റെഫാൻ സ്വൈഗാണ്. സത്യവ്രതനായ മനുഷ്യസ്നേഹിയും ഏതാണ്ട് അൻപതോളം ഗ്രന്ഥങ്ങളുടെ കർത്താവുമായ സ്വൈഗ് ലോകത്തിന്റെ വേദനകളെ സ്വന്തം വേദനകളായിട്ടാണല്ലോ എണ്ണിയത്. 'Beware of Pity' എന്ന നോവലെഴുതിയ സ്വൈഗ് തന്റെ അന്ത്യയാത്രാമൊഴിയിൽ കുറിച്ചിട്ട വാക്യങ്ങൾ എന്നെ വേദനിപ്പിക്കുകയും ചിന്തിപ്പിക്കുകയും ചെയ്യാറുണ്ട്. അദ്ദേഹമെഴുതി – 'എന്റെ സുഹൃത്തുക്കൾക്കെല്ലാം വന്ദനം! എന്റെ ദീർഘമായ ഇരുളിനുശേഷം വെളിച്ചം കാണാൻ നിങ്ങൾക്കു ഭാഗ്യമുണ്ടാവട്ടെ. ക്ഷമയറ്റ ഞാൻ ഇതാ മുമ്പേ പോകുന്നു.' നാസിസവും ഫാസിസവും ഈ ഭൂമുഖത്തു നിന്ന് മായാതെ അടങ്ങുകയില്ലെന്ന് പ്രതിജ്ഞയെടുത്ത റൊമേൻ റൊളാങ്ങും സ്റ്റെഫാൻ സ്വൈഗും കൈമാറിയ കത്തുകളും നിനവിൽ വരുന്നു. തമ്പിയുടെ ലേഖനങ്ങൾക്കും അത്രത്തോളം ആശയ വ്യാപ്തിയുണ്ട് എന്നു തന്നെയാണ് ഞാൻ സൂചിപ്പിക്കുന്നത്.

ലോകം ഒരു വലിയ നുണയായി മാറിപ്പോയി എന്ന് വേപഥുകൊള്ളുന്ന ഒരു എഴുത്തുകാരനാണ് തമ്പി ഇന്ന്. ആ നുണകളിൽനിന്ന് തന്നെയും മനുഷ്യരെയും മോചിപ്പിക്കാനുള്ള ശ്രമമാണ് തന്റെ ജീവിതത്തിലൂടെയും രചനകളിലൂടെയും വി.ജി. തമ്പി നടത്തുന്നത്. തെളിവുകൾ തമ്പിയുടെ കൃതികളിൽ വിതറി കിടപ്പുണ്ട്. വളഞ്ഞ വരകളെ നേരെയാക്കാനുള്ള ശ്രമമായിരുന്നു തമ്പി എന്നും നടത്തിയിരുന്നത് എന്ന് ഞാൻ സാക്ഷ്യപ്പെടുത്തും. വിദ്യാർത്ഥിയായിരുന്നു കാലം മുതൽ ഇന്നേവരെ ഞാനറിയുന്ന തമ്പി അതാണ്. അത്

ഒരു നാറാണത്ത് ഭ്രാന്തന്റേയോ സിസൈഫസിന്റേയോ പണിയാണോ? നന്മകളാൽ പ്രചോദിതമായ ഒരു ശ്രമവും കരിഞ്ഞുപോകില്ല എന്ന ഉലയാത്ത വിശ്വാസം ഈ കൃതിയിൽ തുളുമ്പിനിൽക്കുന്നു. അവ വജ്രമായി ഒരിക്കൽ തിളങ്ങിവരുമെന്ന് ഞാനും വിശ്വസിക്കുന്നു. നിഷ്കളങ്കത നഷ്ടപ്പെടാത്ത ഒരു കുട്ടി തമ്പിയിൽ ഇപ്പോഴുമുണ്ട്.

വിത്തും മണ്ണും, വിദ്യാഭ്യാസം ഒരു ഹൃദയശുശ്രൂഷ, അഴുക്കും അഴകും, ദേശീയത അടിച്ചേല്പിക്കപ്പെടുമ്പോൾ, അധികാരത്തിന്റെ അറവുമാടുകൾ, പാദരക്ഷയില്ലാതെ, ഉച്ചിഷ്ടങ്ങൾ, പറയുന്നതും പറയാത്തതും തുടങ്ങിയ പ്രബന്ധങ്ങൾക്കെല്ലാം അതിന്റേതായ ഗൗരവമുണ്ട്. പല പ്രബന്ധങ്ങളും ആദ്ധ്യാത്മികമായ ഒരു തലത്തിലേക്ക് നമ്മെ കൊണ്ടുപോകുന്നു. തമ്പിയുടെ രചനകളിൽ പ്രവചനങ്ങളും താക്കീതുകളുമുണ്ട്. വായനക്കാർക്ക് അത് ബോദ്ധ്യപ്പെടും. മലയാളത്തിൽ സാംസ്കാരികപഠനങ്ങൾക്ക് ഒരു ആത്മീയ സൗന്ദര്യം പകരുന്ന കൃതിയാണിത്.

ഗ്രന്ഥകാരൻ കൂടക്കൂടെ ഉപയോഗിക്കുന്ന പദങ്ങൾ സ്വപ്നം, പ്രത്യാശ, ഭാവിരൂപം, ഭാവന എന്നിവയാണ്. തമ്പിയുടെ സർഗ്ഗാത്മക വ്യക്തിത്വത്തെ തുറന്നു കാട്ടുന്ന താക്കോൽ വാക്കുകളാണവ. സാംസ്കാരിക വിമർശകനായ റയമണ്ട് വില്യംസിന്റെ 'Key Words' എന്ന ഗ്രന്ഥം ഓർമ്മയിൽ വരുന്നു.

മിക്ക ലേഖനങ്ങളും കാവ്യഭാഷണങ്ങളാണ്. കവിത തുളുമ്പുന്ന ശൈലിയാണ് തമ്പിയുടേത്. വിഷാദ ഭാരമായി, ദർശന സാന്ദ്രമായി ഒഴുകുന്ന ഭാഷ. ബൈബിളിലെ ഭാഷയും ബിംബങ്ങളും തമ്പിയുടെ എഴുത്തിൽ പുനർജനിക്കുന്നുണ്ട്. വിശുദ്ധിയുടെ ഒരു ഭാവാന്തരീക്ഷം സൃഷ്ടിക്കപ്പെടുന്നു എന്നതാണ് അതിന്റെ ഫലം. അതുവഴി ആദ്ധ്യാത്മികമായ ഒരു അനുഭവത്തിലേക്ക് ഈ രചനകൾ വായനക്കാരെ കൊണ്ടുപോകുന്നു. അത് വെറും മതാത്മകമായ ആദ്ധ്യാത്മികതയല്ല.

റൂമിയും ഖലീൽ ജിബ്രാനും കബീറും ടാഗോറും കസാൻ സാക്കിസും ഷൈറ്റ്സറും അസീസിയിലെ ഫ്രാൻസിസും ദലൈലാമയും ജ്ഞാനേശ്വരനും മറ്റും മറ്റും വിഹരിച്ച ഒരു വിശുദ്ധമണ്ഡലം, ശാസ്ത്രവും മതവും കലയും രാഷ്ട്രമീമാംസയും ആത്മീയതയും സാമൂഹ്യശാസ്ത്രവും വിദ്യാഭ്യാസവും എല്ലാം ഒന്നിച്ച് നിൽക്കണമെന്ന അഭിപ്രായമാണ്. ഓരോ പ്രബന്ധവും ഓരോ മൂഡ് സൃഷ്ടിക്കുന്നു എന്നതാണ് എന്റെ വായനാനുഭവം. അവ പട്ടുനൂൽപ്പുഴുവിനെപ്പോലെ നൂലുണ്ടാക്കുന്നു. അതുകൊണ്ടുതന്നെ തന്നെ മൂടുന്നു. അപൂർവ ചിന്താരീതിയുടെ കാവ്യാത്മകമായ വഴിഞ്ഞൊഴുകൽ പല

കുറിപ്പുകളേയും പ്രകാശഭരിതമാക്കുന്നുണ്ട്. ആത്മപ്രകാശത്തിനു പറ്റിയ മാധ്യമങ്ങൾ ലഘുലേഖനങ്ങളാണ്. കവിത പോലും ആത്മപ്രകാശനത്തിന് ഇത്ര പറ്റിയതല്ല. ലിറിക്കിന്റെ സൗന്ദര്യം പ്രകടിപ്പിക്കുന്നവയാണ് ഇതിലെ കുറിപ്പുകൾ. ആ അർത്ഥത്തിൽ ഒരു കുരുവിപ്പറക്കലാണ് ഈ പുസ്തകം. ഗുളികപ്രായത്തിലുള്ള സൂക്തികൾ ഇതിൽ നിറയെയുണ്ട്. മാലാഖമാരെപ്പോലെ ചിറക് വീശി മന്ദഗതിയിൽ നീങ്ങുന്ന ഒരു ഭാഷാഅനുഭവം എന്ന് ഒരു വിമർശകന്റെ ഭാഷ കടം വാങ്ങി ഞാൻ കുറിക്കട്ടെ.

കവികളും പ്രവാചകരും ദാർശനികരും മനുഷ്യസ്നേഹികളും വിഹരിക്കുന്ന ഒരു ഗാലക്സിയാണ് ഈ കൃതി. ബുദ്ധൻ, ക്രിസ്തു, നബി, ഗാന്ധി, കൺഫ്യൂഷ്യസ്, നെരൂദെ, റിൽക്കെ, ഫ്രാൻസീസ് അസീസ്സി, മിഷേൽ ഫുക്കോ എന്നിവരുടെ വചസ്സുകൾ ഈ പുസ്തകത്തിൽ നിറഞ്ഞുനിൽക്കുന്നു. നന്മയുടെയും സ്നേഹത്തിന്റെയും വിശുദ്ധസാന്നിദ്ധ്യം എങ്ങനെ മനുഷ്യജീവിതത്തിൽ കട്ടപിടിച്ച് നിൽക്കുന്ന തമസ്സിനെ നീക്കാൻ സഹായിക്കുമെന്നു അന്വേഷണമതിലുണ്ട്. പ്രൊഫ. വി.ജി. തമ്പിയുടെ ആശയങ്ങൾക്കും ചിന്തകൾക്കും സ്വപ്നങ്ങൾക്കും വ്യാപനവൈഭവവും ഉദാത്ത ഭംഗിയും നൽകുന്നത് ഈ അനശ്വരാത്മാക്കളുടെയും കവീശ്വരന്മാരുടെയും വചസ്സുകളാണ്. 'കരമസോവ് സഹോദരന്മാർ ജീവിതത്തിന്റെ ആയുർരേഖയാണെനിക്ക്. അന്നാകരെനീനയും ഇവാൻ ഇലിച്ചിന്റെ മരണവും ആത്മവിചാരങ്ങളുടെ കത്തുന്ന വാക്യങ്ങൾ തന്നു' എന്ന് തമ്പി എഴുതി. ചെറുതാണ് സുന്ദരം എന്ന ജർമ്മൻ സാമ്പത്തിക ശാസ്ത്രജ്ഞനായ ഷുമായ്ക്കറുടെ വചനം ചിലപ്പോൾ ഗ്രന്ഥരചനയ്ക്കും ബാധകമാക്കാം.

മുണ്ടശ്ശേരിയുടെ 'മാനദണ്ഡ'വും ഡോ. കെ. ഭാസ്കരൻ നായരുടെ 'ദൈവനീതിക്ക് ദാക്ഷിണ്യമില്ല' എന്ന ഗ്രന്ഥവും ഓർമ്മയിൽ വരുന്നു. അതുപോലെ എം. ഗോവിന്ദന്റെ 'സമസ്യകൾ സമീപനങ്ങൾ', തോമസ് മാത്യുവിന്റെ 'സ്വാതന്ത്ര്യം തന്നെ ജീവിതം', കെ.ജി. ശങ്കരപ്പിള്ളയുടെ 'ദൂരത്ത്' സച്ചിദാനന്ദന്റെ 'അടിത്തട്ടുകൾ' - എന്നീ പുസ്തകങ്ങൾ ലഘുപ്രബന്ധങ്ങളാണ്, അതോടൊപ്പം ദർശനവും അന്വേഷണവും സ്വാതന്ത്ര്യവും സമന്വയിപ്പിക്കുന്ന പ്രൗഢ പഠനങ്ങളാണ്. 'ആയിരം ചിറകുള്ള പക്ഷി' ഈ വിഭാഗത്തിൽപെട്ട മികച്ച പുസ്തകമാണ്. തമ്പിയുടെ പ്രബന്ധങ്ങളുടെ ഇഴചേർപ്പ് പ്രത്യേക പഠനമർഹിക്കുന്നു. ഗ്രന്ഥകാരൻ രചനയ്ക്ക് ആഴവും സമൃദ്ധിയും ഉണ്ടാക്കുന്നത് അതു വഴിയാണ്. ഈ മനോഹരമായ പുസ്തകം ലളിതവും പ്രബുദ്ധവും മൂല്യനിർഭരവുമായ ഒരു മൗലികരചനയാണ്. ■

ആയിരം ചിറകുള്ള പക്ഷി

ഏറ്റവും ഇരുണ്ട രാത്രികളാണ് ഏറ്റവും തിളക്കമുള്ള നക്ഷത്രങ്ങൾക്ക് കാഴ്ച നൽകുന്നത്. നമ്മുടെ കാലം ഇത്രയ്ക്കും കനത്ത ഇരുട്ടിലേക്ക് ആണ്ടുപോകുന്നതുകൊണ്ടാണ്. പ്രത്യാശയെ ഒരു എതിർബോധമായി ബദൽമൂല്യമായി കണ്ടെത്തുവാനുള്ള തീവ്രശ്രമം ആവശ്യമായിരിക്കുന്നു.

പ്രത്യാശ അനേകം ചിറകുള്ള പക്ഷിയാണ്. വാക്കുകളില്ലാതെ പാടുന്നു. ഒരിക്കലും നിലയ്ക്കാത്ത ചിറകടികളുമായി അനന്തതയിലേക്ക് തുടരുന്നു എന്നാണ് എമിലി ഡിക്കിൻസൻ എഴുതിയത്. പ്രത്യാശ അതിർത്തി വരയ്ക്കാത്ത അവകാശമാണ്. ഒരു മതത്തിനും പ്രത്യയശാസ്ത്രത്തിനും ഭരണഘടനയ്ക്കും അതിന്റെ ശിരസ്സൊടിക്കാനാവില്ല. ജനിക്കാനിരിക്കുന്ന ഭൂമിക്കു വേണ്ടിയും നാം പ്രത്യാശ വെയ്ക്കണം.

ചരിത്രം ഇടയ്ക്കിടെ നിലച്ചുപോകുന്ന ഘടികാരമാണ്. തീവ്രമായ പ്രത്യാശയുടെ താക്കോലിട്ട് തിരിക്കാൻ കഴിയണം. ചരിത്രത്തെ ചലിപ്പിക്കുന്നതങ്ങനെയാണ്.

ചുളുങ്ങി മടങ്ങിയ ആകാശത്തെ നിവർത്തുന്നതിനും അതിൽ നക്ഷത്രങ്ങളെ തുന്നിപ്പിടിപ്പിക്കുന്നതിനും പ്രത്യാശ ഒരു ആയുധവും പ്രകാശത്തിന്റെ പരിചയുമാണ്. വീഴുന്നവരെ താങ്ങിനിർത്തുന്ന ജീവന്റെ അവകാശത്തിനും അന്തസ്സിനുംവേണ്ടി പൊരുതുന്ന അതിജീവനത്തിന്റെ പേരാണ് പ്രത്യാശ.

പ്രത്യാശ വെറുതെ കാണുന്ന ഒരു കിനാവല്ല. ആഗ്രഹചിന്തകളുടെ ഭാരം കുറഞ്ഞ ലളിത വിശുദ്ധിയല്ല. മറ്റൊരു ലോകം സാധ്യമാക്കാനുള്ള സമരപ്രതിരോധത്തിന്റെ ഊർജ്ജമാണ്.

പ്രതീക്ഷയാണ് ഭയത്തേക്കാൾ ശക്തിയുള്ള ഒരേയൊരു വികാരം. അത് മലമുകളിലല്ല ജനിക്കുന്നത്. മറിച്ച് ഇനിയും കയറിയിട്ടില്ലാത്ത ഉയരങ്ങളെ നോക്കിക്കിടന്ന സഹനത്തിന്റെ താഴ്വരയിലാണത് പിറവികൊള്ളുന്നത്. ഇനിയും ആവിഷ്ക്കരിക്കാത്തതിനെ കാത്തിരിക്കലാണ്

പ്രത്യാശയുടെ പ്രബുദ്ധത. നിങ്ങളുടെ തെരഞ്ഞെടുപ്പുകൾ ഭയങ്ങളെയല്ല. പ്രതീക്ഷകളെയാണ് പ്രതിഫലിപ്പിക്കേണ്ടതെന്ന് നെൽസൺ മണ്ടേല. നിങ്ങളുടെ മുന്നേറ്റം എത്ര പതുക്കെയാണെന്നത് പ്രശ്നമല്ല; അത് പ്രത്യാശയോടെ മുന്നോട്ടുപോകുന്നിടത്തോളം എന്ന് പ്രാചീന ചൈനയിൽ നിന്ന് കൺഫ്യൂഷ്യസ്.

പ്രളയത്തിനും മഹാദുരിതങ്ങൾക്കും ശേഷം അസ്തമിക്കാനുള്ളതല്ല നമ്മുടെ പ്രത്യാശകൾ. അത് അറുത്തുമാറ്റാനാവാത്ത ആറാമിന്ദ്രിയം പോലെയാണ്. മരണം വീഴ്ത്തിക്കളയുന്ന മഹാവൃക്ഷത്തിന്റെ ഒടിഞ്ഞ ചില്ലയിലിരുന്ന് ആകാശമുയരത്തിൽ അസാധ്യങ്ങളെ സ്വപ്നം കാണലാണത്. ബാർബറ ഫ്രെഡറിക്സൺ എന്ന മനഃശാസ്ത്രജ്ഞ പറഞ്ഞത്, പ്രതിസന്ധികൾ കനക്കുമ്പോൾ മനസ്സ് തുറന്നിടുന്ന ബദൽ സാധ്യതയാണ് പ്രത്യാശ എന്നാണ്. പ്രത്യാശകളുടെ ചിറകരിയുക എന്നതാണ് ആധിപത്യത്തിന്റെ എല്ലാ പ്രത്യയശാസ്ത്രങ്ങളും ചരിത്രത്തിലുട നീളം ശ്രമിച്ചത്. വിലക്കുകളിലും ഇരുട്ടുകളിലും കിടന്നുകൊണ്ട് മനുഷ്യ രാശി വെളിച്ചത്തിലേക്ക് വൻകുതിരശക്തികളായി കുതിച്ചതിന്റെ രക്ത രേഖകളാണ് ജനാധിപത്യസമരങ്ങൾ. പ്രകാശവേഗത്തേക്കാൾ വേഗമുണ്ട് പ്രത്യാശവേഗങ്ങൾക്ക്. ദലിതന്റെയും ആദിവാസിയുടെയും ന്യൂന പക്ഷത്തിന്റെയും പ്രത്യാശകളിൽ പ്രതിരോധത്തിന്റെ ഉജ്ജ്വലമായ ഊർജ്ജമുണ്ട്.

ദാന്തെയുടെ 'ഡിവൈൻ കോമഡി'യുടെ നരകകവാടത്തിൽ ഈ വാക്കുകൾ എഴുതിവെച്ചിട്ടുണ്ട്: 'ഇവിടേക്ക് കടന്നുവരുന്നവർക്ക് ഒരു പ്രത്യാശയും വേണ്ട.' നിരാശിതരുടെ അന്തിമമായ അഭയമാണ് നരകം പ്രതിനിധാനം ചെയ്യുന്നത്.

നിങ്ങൾക്ക് എല്ലാ പൂവുകളെയും അരിഞ്ഞു വീഴ്ത്തുവാനാകും. എന്നാൽ വസന്തം വരുന്നതിൽനിന്ന് നിങ്ങൾക്കാരെയും തടയാനാകില്ലെന്ന് പാബ്ലോ നെരൂദ കവിതയിൽ മുക്കി പ്രത്യാശയുടെ ആകാശത്തെ വരച്ചു. ആകാശം അഥവാ പ്രത്യാശ എന്നെ മത്തുപിടിപ്പിക്കുന്നു എന്നാണ് നെരൂദയുടെ കാവ്യോന്മാദം.

അനാ ബ്ലാദിയാനയുടെ 'തുറന്ന ജാലകങ്ങൾ' എന്ന കഥയിൽ തടവറയിൽ അടയ്ക്കപ്പെടുന്ന ചിത്രകാരനോട് ഒരു ചിത്രം വരയ്ക്കാൻ ജയിലർ ആവശ്യപ്പെടുന്നു. അയാൾ വരച്ചത് നിറയെ ആകാശം കാണാവുന്ന ഒരു ജാലകമായിരുന്നു. ജയിലർക്ക് അതിന്റെ വെളിച്ചത്തിൽ കണ്ണഞ്ചിപ്പോയി. ഒടുവിൽ ആ ജാലകത്തിലൂടെ ചിത്രകാരൻ പുറത്തേക്ക് ചാടുന്നു. ജയിലർക്ക് അത് വെറും അനാവശ്യമായ ചിത്രമായിരുന്നു. ജയിലർ അതുവരെ എല്ലാവരേയും ഭീഷണിപ്പെടുത്തിയത് നിന്നെ യൊന്നുമിനി വെളിച്ചം കാണിക്കില്ല എന്നായിരുന്നു. പക്ഷേ, പ്രത്യാശയുടെ ചിത്രം വരച്ച് അയാൾ അധികാരികളെ അപ്രസക്തമാക്കി.

ഒ. ഹെൻറിയുടെ 'അവസാനത്തെ ഇല' എന്ന കഥ പ്രസിദ്ധമാണല്ലോ. എല്ലാ ഇലകളും കൊഴിഞ്ഞുപോയ ആശുപത്രിജനാലയിലൂടെ

കാണാവുന്ന ഉണക്കമരത്തിൽ ചിത്രകാരൻ വരച്ചുചേർത്ത ഒരു പച്ചയില കണ്ടുകണ്ട് രോഗത്തേയും മരണത്തേയും അതിജീവിക്കുവാൻ കഴിഞ്ഞു.

എന്തെല്ലാം സംഭവിച്ചാലും ഹൃദയത്തിന്റെ അടിത്തട്ടിൽ മനുഷ്യരെല്ലാവരും നന്മയുള്ളവരാണെന്ന പ്രത്യാശയുടെ വെളിച്ചം കുടിച്ചാണ് ആൻഫ്രാങ്ക് എന്ന പെൺകുട്ടി അതിജീവിച്ചുകൊണ്ടിരുന്നത്. ലോകം ഒന്നായി ജീവിക്കുന്ന കാലത്തോളം പ്രത്യാശ ഭൂമിയുടെ ഊർജ്ജമായി നിലനിൽക്കും.

ടോൾസ്റ്റോയിയുടെ 'യുദ്ധവും സമാധാനവും' എന്ന നോവലിൽ യുദ്ധരംഗത്ത് മുറിവേറ്റു കിടന്നുകൊണ്ട് ആൻഡ്രി എന്ന കഥാപാത്രം ഏകാന്തരാത്രിയിൽ അപാരമായ നീലാകാശം നോക്കി വേദനകൾ മറന്ന് പ്രത്യാശാഭരിതനാകുന്ന ഒരു രംഗമുണ്ട്. അപാരഗാംഭീര്യമുള്ള ആത്മീയാനുഭവങ്ങളായി പ്രത്യാശയെ പകർത്തിവെച്ച മഹാരചനകൾ വായനക്കാർ ഓർക്കുന്നുണ്ടാവും. രണ്ട് ദുഃഖിതാത്മാക്കൾ ഒരുമിച്ച് കരയുമ്പോൾ ഒരുമിച്ച് സ്വപ്നം കാണുമ്പോൾ ലോകം പുതുതായി ജനിക്കുന്നുവെന്ന് ഡോസ്റ്റോവ്സ്കി.

എല്ലാം കൂടുതൽ മോശമായിക്കൊണ്ടിരിക്കുകയാണെന്നും ഭാവിയിലേക്ക് പ്രത്യാശിക്കുവാനായി യാതൊന്നുമില്ലെന്നുമാണ് നാം എല്ലായ്പ്പോഴും കേട്ടുകൊണ്ടിരിക്കുന്നത്. മോശം പ്രവണതകൾക്കെതിരായ പ്രതിരോധങ്ങളും നിഷേധാത്മകതയിൽത്തന്നെയാണ് ഊന്നുന്നത്. ദുർഗന്ധവും ദുർഗന്ധത്തെക്കുറിച്ചുള്ള അധിക്ഷേപങ്ങളുമല്ലാതെ പൂന്തോട്ടത്തിൽ നിന്നുള്ള സുഗന്ധവാഹിനിയായ കാറ്റിനെ പിന്തുടരുന്നവർ കുറവാണ്. അങ്ങനെ പിന്തുടരുന്ന ഒറ്റപ്പെട്ട ശ്രമങ്ങളെ ആരും ശ്രദ്ധിക്കുന്നുമില്ല.

പ്രത്യാശകളിലേക്ക് എല്ലാ ജാലകങ്ങളും തുറന്നിടുവാനുള്ള ധീരതയാകണം ജീവിതം.

■

വിശപ്പിന്റെ ഉമിനീരിൽ നനയണം

അപരന്റെ വിശപ്പിനെക്കുറിച്ചുള്ള കരുതലാണ് മനുഷ്യന്റെ ധാർമ്മികത. വിശപ്പ് മനുഷ്യവംശത്തിന്റെ പൊതുഭാഷയാണ്. അന്നം അവളുടെയും അവന്റെയും സ്വാതന്ത്ര്യവും അവകാശവുമാണ്. ഓരോ ഭക്ഷണത്തിനും മുമ്പായി ഒരു ബുദ്ധഭിക്ഷു ഇപ്രകാരമുരുവിടുന്നു. ഈ ഭക്ഷണം പ്രപഞ്ചം എനിക്ക് തന്ന സമ്മാനമാണ്. ഭൂമി, ആകാശം, അദ്ധ്വാനം എല്ലാം ഇതിനു പിറകിലുണ്ട്. അന്നത്തിന് സ്തുതി. യേശു പറയുന്നു: "ഞാനപ്പമാവുന്നു." അപ്പം മുറിക്കാനും പങ്കുവെക്കാനുമുള്ളതാണ്. യേശു നയിച്ച ഊട്ടുമേശ പ്രസ്ഥാനത്തിന്റെ സന്ദേശമതാണ്. നീ കഴിക്കുന്ന അരിമണിയിൽ നിന്റെ പേരുള്ളതുകൊണ്ട് അന്തസ്സോടെ അന്നത്തിനായി കൈനീട്ടുക എന്ന് മുഹമ്മദ് നബി. അപരസുഖത്തിനായി അന്നത്തെ ആത്മസുഖമാക്കുക എന്ന് നാരായണഗുരു. ദരിദ്രനു മുന്നിൽ ദൈവം അപ്പമായി പ്രത്യക്ഷപ്പെടുമെന്ന് ഗാന്ധി. വിശപ്പാണ് ഏകരുചിയെന്ന് അക്കയുടെ വചനം. വിശക്കുന്നവനും വിശക്കാത്തവനും തമ്മിലുള്ള ഏറ്റുമുട്ടലാണ് വർഗ്ഗസമരമെന്ന് കാറൽ മാർക്സ്. വിശപ്പാണ് വിപ്ലവത്തിന്റെ ഇന്ധനമെന്ന് ചെഗുവേര. വിശപ്പ് മാറാത്തതുകൊണ്ടാണ് ഞാൻ യാത്ര ചെയ്തുകൊണ്ടേയിരിക്കുന്നതെന്ന് സഞ്ചാരിയായ ബാഷോ. ബുദ്ധൻ പറയുന്നു: ഒരു പിടി ചോറ് മുപ്പത് തവണ ചവച്ചുതിന്നണം. ഭക്ഷണം എത്ര മഹത്തായ അനുഭൂതിയാണെന്ന് അപ്പോൾ മനസ്സിലാകും.

അധിനിവേശ ഭക്ഷണവും അധിനിവേശങ്ങളുടെ കൂടി സൃഷ്ടിയായ വിശപ്പും രാജ്യാതിർത്തികൾ തന്നെ മാറ്റിമറിച്ചിട്ടുണ്ട്. ഇത് തന്റെ കെടുകാര്യസ്ഥതകൊണ്ടുണ്ടായ വിശപ്പാണെന്ന് തിരിച്ചറിവില്ലാത്ത അധികാരി, ഇവർക്ക് കേക്ക് വാങ്ങി കഴിച്ചുകൂടെ എന്ന് ഇന്നും അദ്ഭുതപ്പെടുന്നുണ്ട്. വിശപ്പ് വിറ്റ് കാശാക്കാനുള്ളതാണെന്ന് വിപണികൾക്കറിയാം. വിപണിക്കെതിരായ ആദ്യസമരം അടുക്കള തിരിച്ചുപിടിക്കലാണെന്ന് പുതിയ സ്ത്രീവാദികൾ.

മുപ്പത്തിമൂന്നുകാരനായ കെവിൻ കാർട്ടർ എന്ന ലോകപ്രശസ്ത ഫോട്ടോഗ്രാഫർക്ക് വിശപ്പിന്റെ ചിത്രം മാത്രമേ ലോകത്തിനു നൽകാനായുള്ളൂ. ചിത്രം പകർത്തപ്പെട്ടവരുടെ വിശപ്പിനെ തൊടാനായില്ല. അതുകൊണ്ടാണ് ലോകം ആദരിച്ചിട്ടും താൻ ആത്മാവിൽ ദരിദ്രനാണെന്ന കുറ്റബോധംകൊണ്ട് ആത്മഹത്യ ചെയ്യേണ്ടിവന്നത്. നമ്മുടെ ഭരണകർത്താക്കൾക്ക് എന്നാണ് ഈ കുറ്റബോധമുണ്ടാവുക? എന്നാണവർക്ക് വിശക്കുക?

ടേബിൾ മാനേഴ്സ് പഠിപ്പിക്കാൻ പ്രത്യേക സ്ഥാപനങ്ങളും പ്രസിദ്ധീകരണങ്ങളും മത്സരിക്കുന്നുണ്ട്. ലോകത്തിന്റെ പിന്നാമ്പുറങ്ങളിലെ എച്ചിൽക്കൂനകൾ കാണുന്നതേയില്ലല്ലോ. അന്നം കാട്ടി മനുഷ്യനെ അപമാനിക്കുന്ന ആഡംബരങ്ങൾക്കു മുമ്പിൽ നാം ലജ്ജിക്കണം. ആഫ്രിക്കയും പൊതുവിൽ മൂന്നാം ലോകരാജ്യങ്ങളും വിശപ്പിന്റെ ഭീഷണമായ വർഷങ്ങളെ മൂന്നു കാലങ്ങളിലും തങ്ങളുടേതാക്കുന്നു. പട്ടിണിക്കാലങ്ങളെ അതിജീവിക്കുവാൻ മനുഷ്യൻ എത്രയോ തരം മറുരുചികളെ ഉണ്ടാക്കുന്നുവെന്ന് ചരിത്രം പഠിപ്പിച്ചിട്ടുണ്ട്. വിശക്കുന്ന മനുഷ്യൻ പുസ്തകമെടുക്കണമെന്ന് ബെർത്രോൾഡ് ബ്രെഹ്ത്. അപ്പത്തിനായുള്ള ഹിംസാ സമരങ്ങൾപോലും ന്യായീകരിക്കേണ്ടതായി വരും. അതൊരു കവർച്ചയല്ല. ജീവിതത്തിന്റെ അന്തസ്സാണ്.

ആഹാരത്തിൽ ജാതിയും മതവും കലർന്ന് അതിനെ അവിശുദ്ധമാക്കി. ജാതിയിൽനിന്നും വിമുക്തമാക്കി ഭക്ഷണത്തെ സമത്വമാക്കിയത്, പന്തിഭോജനത്തിലൂടെ സഹോദരൻ അയ്യപ്പനെപ്പോലുള്ളവരാണ്. ആഹാരിയെപ്പോലെ നിരാഹാരിയായ മനുഷ്യരേയും നാം ചരിത്രത്തിൽ കാണുന്നുണ്ട്. വിശപ്പിനെ ഇച്ഛാപൂർവം സ്വീകരിക്കുമ്പോൾ അറിവുകൾ തിരിച്ചറിവുകളാകും. വിശപ്പ് ആയുധമണിയും. അവരുടെ ഉപവാസങ്ങളിൽ അന്നം പ്രാർത്ഥനയാകും. ധ്യാനമാകും. ഗാന്ധി അത് ചെയ്തു. പതിനാറു വർഷം ഇറോം ശർമ്മിളയും തന്റെ വിശപ്പിനേയും ദാഹത്തേയും സമരാഗ്നിയിൽ ദഹിപ്പിച്ചു.

വിശക്കുന്നവരെ അവഗണിക്കുന്നവർക്കും അപമാനിക്കുന്നവർക്കും ചെന്നു പാർക്കാനുള്ള സ്ഥലം നരകാഗ്നിയാണ് എന്ന് നാവിൽ അഗ്നിയുള്ള പ്രവാചകർ. ഏറ്റവും വലിയ തീ വയറ്റിലെ തീയാണ് - ജഠരാഗ്നി. ലോകത്തെങ്ങുമുള്ള ദരിദ്രരായ കുഞ്ഞുങ്ങൾ കഞ്ഞിപ്പാത്രങ്ങൾക്കു വേണ്ടി നിലവിളിക്കുമ്പോൾ നമ്മുടെ വാക്കുകൾ അവിടേക്ക് കുതിച്ചെത്തണമെന്നെഴുതിയ വിക്ടർ യൂഗോയെ സ്മരിക്കുന്നു.

■

തലയുയർത്തി നിൽക്കുക ഭൂമിമലയാളമേ

ബഹുസ്വരതയുടെ ഒരു തുറമുഖരാജ്യമാണ് കേരളം. ലോകമതങ്ങൾ, സംസ്കാരങ്ങൾ, ഭാഷകൾ, പ്രത്യയശാസ്ത്രങ്ങൾ ആദ്യമായി ഇന്ത്യയിൽ നങ്കൂരമിടാൻ അറബിക്കടലിൽ വാതിൽ തുറന്നുകൊടുത്ത നാട്. ദേശപ്പെരുമകൾ ഏറെ പറയാനുണ്ട്. എന്നാൽ സമകാലികതയിൽ കേരളം പല വിധത്തിൽ തോറ്റുപോയി. ആ തോൽവികളെക്കുറിച്ചാണ് മാധ്യമങ്ങൾക്കേറെയും ഇന്ന് പറയാനുള്ളത്. മലയാളികളെപ്പോലെ അവനവനെത്തന്നെ ഇത്രമാത്രം തള്ളിപ്പറയുന്ന ഒരു ജനത ലോകത്തിൽ മറ്റെങ്ങും ഉണ്ടാവില്ല. നിശിതമായ പരിഹാസവും സ്വയം നിന്ദയും അപകർഷവും മലയാളിയെ വേട്ടയാടാൻ തുടങ്ങിയിട്ട് നാളേറെയായി. എന്നാൽ സിങ്കപ്പൂരും ദുബായിലും പോലെ എത്രയോ പ്രമുഖ നഗരങ്ങളുടെ പ്രധാന നിർമ്മാതക്കളാണ് മലയാളികൾ. കുര്യനെപ്പോലെ ധവളവിപ്ലവം കൊണ്ടുവന്നവരാണ് നമ്മൾ. ആമസോൺ നദിക്കടിയിലൂടെ ഭൂഗർഭത്തിൽ സമാന്തരമായൊരു നദിയൊഴുകുന്നത് കണ്ടെത്തിയ കോഴിക്കോട്ടുകാരൻ ഹംസയുടെ നാട്ടുകാരാണ് നമ്മൾ. ലോകം ആ പുഴയെ വിളിക്കുന്നത് ഹംസപ്പുഴ എന്നാണ്.

ലോകമൊട്ടാകെ തേടിവന്ന ഒരു ഭൂമിശാസ്ത്രമോ സുഗന്ധദ്രവ്യകേന്ദ്രമോ മാത്രമല്ല കേരളം. മറിച്ച് ലോകം തേടിപ്പോയ വിശ്വപൗരന്മാരാണ് മലയാളികൾ. ഏതൊരു യൂറോപ്യൻ നഗരവുമായും താരതമ്യം ചെയ്യാവുന്ന സ്ഥിതിവിവരക്കണക്കുകൾക്കുമപ്പുറമാണ് കേരളം. ഇസങ്ങളുടെ കളിത്തൊട്ടിൽ.

മലയാളി എന്നും അന്താരാഷ്ട്ര മനസ്സും ദ്രാവിഡാകാരവുമായി ലോകത്തെ അതിശയിപ്പിച്ചു. ലോകമനഃസാക്ഷി തന്നെയാണ് തന്റേതെന്ന് മലയാളി തെളിയിച്ച ചരിത്രമുഹൂർത്തങ്ങൾ ഏറെയുണ്ട്.

എങ്കിലും നമ്മളിനിയും തിരിച്ചറിയേണ്ടിയിരിക്കുന്നു. പലപ്പോഴും നമ്മൾ നമുക്കുള്ളിലൂടെ എന്നാൽ മറ്റുള്ളവരിലില്ലാത്ത എന്തൊക്കെയോ തേടുകയാണ്. സ്വയം മോശമെന്ന് ധരിപ്പിച്ച് മറ്റാരെയൊക്കെയോ വെള്ളപൂശുകയാണ്.

ലോകത്തെ ഏതുച്ചാരണവും മലയാളത്തിൽ പുനഃസൃഷ്ടിക്കാം. അങ്ങനെയുള്ള മലയാളത്തിലിരുന്നുകൊണ്ട് നമ്മൾ ഇംഗ്ലീഷിന്റെ 'ഇരുപത്തിയാറിന്റെ' വലിപ്പം മലയാളത്തിൽ 'അമ്പത്തിയൊന്നി'നേക്കാൾ വലിയതാണെന്ന് സ്വയം തെറ്റിദ്ധരിക്കുന്നു.

കേരളം ഇന്ത്യയ്ക്കകത്തെ ഒരു സംസ്ഥാനമാണെന്ന് ഭൂപടം പറയുന്നെങ്കിലും കേരളം മറ്റൊരു രാജ്യമെന്ന് വിശ്വസിക്കുകയാണ് മലയാളി ചെയ്യേണ്ടത്. കാരണം, കേരളത്തിനൊപ്പം മത്സരിക്കാനുള്ളത് വികസിത രാജ്യങ്ങൾ മാത്രമാണ്. കേരളം സ്വയം മത്സരിക്കട്ടെ.

നവമാധ്യമങ്ങൾ ഇത്രമാത്രം ഫലപ്രദമായി ഉപയോഗിക്കുന്ന ഏറെ യുവതകളുണ്ടാവില്ല. മലയാളം ഇന്ന് ഭാവിയുടെ ഭാഷയാണ്. വിവര സാങ്കേതികവിദ്യയിൽ ഒന്നാം സ്ഥാനത്തേക്ക് വളരുന്ന ഭാഷ. ലോകത്ത് കുഞ്ചൻനമ്പ്യാർ മരിച്ചിട്ടില്ല. അദ്ദേഹം ലോകത്തെ മുഴുവൻ പിടിച്ചു കുലുക്കുന്ന വൻചിരിയായി ട്രോളുകളിലൂടെയും മറ്റും മലയാളിയിലൂടെ പുറത്തേക്കൊഴുകുന്ന നവമാധ്യമങ്ങളിൽ പടർന്നുനിൽക്കുന്നു.

നമ്മൾ ആത്മബോധമുള്ള ജനതയായി ഉയർന്നുനിന്നാൽ മതി. മരണാനന്തര ബഹുമതിയായി നോബെൽ എഴുത്തച്ഛനെ തേടിവന്നുകൊള്ളും. അമ്മന്നൂരിന് മികച്ച നടനുള്ള ഓസ്ക്കാർ ലഭിച്ചുകൊള്ളും. നമ്മൾ തലയുയർത്തി നിൽക്കുക. ഇ.എം.എസിനെ കാസ്ട്രോയും ഒബാമയും ഒന്നിച്ചുവന്നു സന്ദർശിച്ചുകൊള്ളും. ശ്രീനാരായണഗുരുവിനെ ദലൈലാമ വണങ്ങിക്കൊള്ളും.

വരണം. കാണണം സർ. മൂന്നരക്കോടി കടലുകളെ ആറ്റിക്കുറുക്കിയെടുക്കുന്ന കാര്യമാത്ര പ്രസക്തമായ നാല്പത്തിനാല് നദികൾ. ലോകം നമ്മുടെ വീട്ടുമുറ്റത്തുണ്ട്. നാല്പത്തിനാല് നദികളിൽ ഒന്നിൽമുങ്ങി നിവർന്നാൽ മതി. നമുക്ക് ലോകത്തിന്റെ ഏത് കോണിന്റെയും നനവറിയാൻ.

ആഗോള സമൂഹത്തിൽ ഭൂമിമലയാളത്തിന്റെ അന്തസ്സും സ്വയം പര്യാപ്തതയും ഉള്ളിൽനിന്നും വിളിച്ചുണർത്തുവാൻ സമയമായിരിക്കുന്നു.

■

കുട്ടികളെ മുതിർന്നവരാക്കരുതേ!

ലോകത്തിന്റെ എല്ലാ വിമോചനങ്ങൾക്കും മുമ്പേ നടക്കേണ്ടതാണ് കുട്ടികളുടെ വിമോചനം. കുട്ടികളാണ് മനുഷ്യരാശിയുടെ, ഭാവിയുടെ ആരംഭം. ലോകത്തിന്റെ യഥാർത്ഥ അധികാരികളും അവകാശികളും അവരാണ്. മനുഷ്യാവകാശത്തിന്റെ മൂലസ്രോതസ്സ് ബാലാവകാശമാണ്.

ഇവിടെ കുട്ടികളാണ് രാജ്യം ഭരിക്കുന്നതെങ്കിൽ, ലോകത്തെ നിയന്ത്രിക്കുന്നതെങ്കിൽ എല്ലാം ശുദ്ധമായി തുടരുമായിരുന്നു. നദികൾ, പക്ഷികൾ, മൃഗങ്ങൾ, വൃക്ഷങ്ങൾ എല്ലാമെല്ലാം സ്വച്ഛമായി തുടരുമായിരുന്നു. അതിർത്തികൾ ജനിക്കുമായിരുന്നില്ല. സ്നേഹരാഹിത്യം ഭൂമിയുടെ മതമാകുമായിരുന്നില്ല. ലോകത്തിന്റെ ഘടനാപരമായ പ്രതിസന്ധികൾക്ക് കുഞ്ഞുങ്ങളല്ലാതെ മറ്റൊരു ഉത്തരമില്ല. കൂടുതൽ സ്വതന്ത്രവും സുന്ദരവുമായ ഒരു ലോകത്തെ കുഞ്ഞുങ്ങൾ സൃഷ്ടിക്കുമായിരുന്നു.

കയ്യിൽ നിന്നും റിമോട്ട്കൺട്രോൾ താഴെ വെയ്ക്കുക. കുട്ടികളെ അവരുടെവഴിയേ, അവരുടെ ആനന്ദങ്ങളിലേക്ക് നടക്കാനും പറക്കാനും അനുവദിക്കുക. ഭൂമിയുടെ പൂവിരലടയാളങ്ങളായ കുഞ്ഞുങ്ങൾക്ക് അരുവിയുടെ മർമ്മരങ്ങൾ കേൾപ്പിച്ച് അവർക്ക് ലഭിക്കാതെ പോകുന്ന സർഗലോകം വീണ്ടെടുത്തു കൊടുക്കുക. മുതിർന്ന ലോകത്തിന്റെ വ്യാജാഭിമാനങ്ങൾ അവരിൽ കുത്തിവയ്ക്കാതിരുന്നെങ്കിൽ! അങ്ങനെയെങ്കിൽ കുട്ടികൾ ശരിക്കും കുട്ടികളായി വളരും. അന്ന് നാം കെട്ടിപ്പൊക്കിയ നുണകളുടെ ലോകം കീഴ്മേൽമറിയും. എന്നാൽ എന്താണിന്ന് സംഭവിക്കുന്നത്? വിദ്യാലയം, കുടുംബം, പാരമ്പര്യം, മതം എല്ലാം ചേർന്ന് കുട്ടികളെ കുടുസ്സായ തടവറകളിൽ ശ്വാസം മുട്ടിക്കുന്നു.

കുട്ടികളെക്കുറിച്ച് പറയുമ്പോൾ നിന്റെ ശബ്ദം ഏറ്റവും താഴ്ന്നിരിക്കണം. കുഞ്ഞിന്റെ ദേഹത്തെ നിന്റെ ശബ്ദംകൊണ്ടുപോലും നോവിക്കരുതെന്ന് റൂമി. ഒഴുക്കിലെ ഒരിലപോലെ ഏറ്റവും മൃദുലമായ സ്പർശം കൊണ്ടുവേണം കുട്ടികൾക്ക് ദിശ കാണിച്ചു കൊടുക്കുവാൻ എന്ന്

വി.ജി. തമ്പി

ബുദ്ധൻ. നമ്മൾ പ്രണയത്തിലാവുമ്പോൾ ഹൃദയം ശിശുവിനെപ്പോലെ ദൈവസഹജമായി മാറുന്നുവെന്ന് ഓഷോ. കുഞ്ഞുങ്ങളുടെ കണ്ണുകളിലൂടെയാണ് ദൈവം ലോകത്തെ കാണുന്നതെന്ന് ഖലീൽ ജിബ്രാൻ. മനുഷ്യരിൽ പ്രതീക്ഷ നഷ്ടപ്പെട്ടിട്ടില്ല എന്ന ദൈവത്തിന്റെ സന്ദേശമാണ് ഓരോ പിഞ്ചുകുഞ്ഞും എന്ന് ടാഗോർ.

ഒരുപക്ഷേ ഭൂമിയിൽ ഏറ്റവുമധികം വിരിഞ്ഞ വസന്തം കുട്ടികളാണ്. അവർ പൂക്കളേക്കാളധികം ചിരിച്ചിട്ടുണ്ടാകും. ചില ബാല്യങ്ങൾ ഇതിഹാസ പർവ്വങ്ങൾപോലെ തെളിഞ്ഞവയാണ്. ചില ബാല്യങ്ങൾ രഹസ്യക്ഷതങ്ങൾപോലെ കരുവാളിച്ചവ. ഒരുപാട് കുട്ടിക്കാലങ്ങളുടെ കഥകൾ കണ്ണീരിന്റെ പ്രളയത്തിലൂടെ നടന്നുപോയവയാണ്. വസ്തുകണക്കെ ക്രയവിക്രയം ചെയ്യപ്പെടുന്ന ബാല്യങ്ങൾ ലോകമെമ്പാടുമുണ്ട്. വംശവെറിയന്മാരുടെ കണക്കുകൂട്ടലിൽ തുറങ്കിലെറിയപ്പെട്ട ആൻഫ്രാങ്കുമാർ, മതതീവ്രവാദത്തിന്റെ വെടിയുണ്ടകളിൽനിന്ന് തെറിച്ചുവന്ന മലാല യൂസഫായിമാർ, ഓർമ്മകൾപോലും ഉറയ്ക്കാത്ത പ്രായത്തിൽ വിവാഹ മാർക്കറ്റിൽ വിറ്റുകളയുന്ന നുജ്ജുദുമാനെപ്പോലുള്ള പിഞ്ചുബാലികമാർ... കുഞ്ഞുങ്ങൾ പലത്; പക്ഷേ ദുരിതം കുട്ടികൾക്ക് മുഴുവനുമാണ്.

ഭാവനയുടെ നിറവായ കുഞ്ഞുങ്ങളെ സുരക്ഷിതരായി സ്വതന്ത്രരായി. സന്തുഷ്ടരായി വളർത്തുവാൻ നമുക്കെന്തുകൊണ്ട് കഴിയുന്നില്ല? ∎

വിത്തും മണ്ണും:
ചില ജൈവരഹസ്യങ്ങൾ

ഭൂമിയെ വിട്ടുപോയവർക്കും ഭൂമിയിൽ പിറക്കാനിരിക്കുന്നവർക്കുമിടയിൽ വിത്തുകൾക്ക് ഒരു ജൈവരഹസ്യമുണ്ട്. 32000 വർഷം മുമ്പുള്ള ചില വിത്തുകൾ മുളച്ചതിനെക്കുറിച്ച് ഉൽഖനനത്തിന്റെ ഒരു ശാസ്ത്രാദ്ഭുതം നാം ഇയ്യിടെ വായിച്ചു. വറുതിയുടെ കാലത്ത് ഉപയോഗിക്കാൻ മണ്ണിനടിയിൽ അണ്ണാൻകുഞ്ഞുങ്ങൾ ഒളിപ്പിച്ചുവച്ച ചില വിത്തുകളാണ് കാലങ്ങളായി തണുത്തുറഞ്ഞുകിടന്ന റഷ്യയിലെ സൈബീരിയയിൽ നിന്ന് 38 മീറ്റർ ആഴത്തിലുള്ള മണ്ണടരുകൾ പിളർന്ന് മുളച്ചുപൊന്തിയത്. ആ വിത്തിനു പ്രായം മനുഷ്യനിർമ്മിതമായ സകല നാഗരികതകൾക്കും കണ്ടുപിടുത്തങ്ങൾക്കും ദാർശനിക പ്രാചീനതകൾക്കും മുമ്പാണ്. ബുദ്ധനും യേശുവും നബിയും വചനത്തിന്റെ വിത്തുകൾ വിതയ്ക്കുന്നതിന് എത്രയോ ആയിരം വർഷങ്ങൾക്കുമുമ്പ്. ഇവയുടെ അറുപതിനായിരം വിത്തുകളാണ് ഇപ്പോൾ പൊട്ടിമുളച്ചിരിക്കുന്നത്. സസ്യങ്ങളിൽ പുഷ്പിച്ചു തുടങ്ങിയിരിക്കുന്നത്.

സ്വപ്നത്തിന് പറക്കാൻ ഒരു ആകാശം വേണം. അതാണ് വിത്തിനു മണ്ണ്. ഭൂമിയുടെ രത്നച്ചുരുക്കം ഒരു വിത്തിൽ വായിച്ചെടുക്കാൻ കഴിയും. വിത്ത് ലോകത്തിലേക്ക് വളരുക മാത്രമല്ല, ചിലപ്പോൾ ഈ ലോകം ഒരു വിത്തിനോളം സൂക്ഷ്മമാകേണ്ടതായും വരും.

നിങ്ങളെന്നെ കുഴിച്ചിട്ടോളൂ. അത്രയ്ക്കും ആഴത്തിൽനിന്ന് ഞാൻ പൊടിച്ചു ചെനച്ചു ഉയർന്നുവരും. കാരണം ഞാനൊരു വിത്താണ്. മെക്സിക്കോയുടെ പ്രാചീനത പറഞ്ഞുതന്ന പഴഞ്ചൊല്ലാണിത്.

കടുത്ത വറുതിയുടെ ക്ഷാമകാലത്ത് ഝാർഖണ്ഡിലെ ഒരു ഗോത്രഗ്രാമം പൂർണ്ണമായും നശിച്ചുപോയപ്പോൾ അവശിഷ്ടമായി കിട്ടിയത് ചാരമായ്ക്കഴിഞ്ഞ കുടിലുകളിൽ വിത്തുകളുടെ ചെറുചാക്കുകളാണ്. ശേഖരിച്ച വിത്തുകൾ ഏത് ക്ഷാമകാലത്തും അവർ എടുത്തുണ്ണില്ല. അതവരുടെ ഭാവിയും ജീവിതവുമാണ്. വിശപ്പിനേയും മരണത്തേയും വരെ വിത്ത് അതിജീവിക്കുന്നു.

ഒരുപിടി മണ്ണിൽ ആറ് കോടി സൂക്ഷ്മജീവികൾ അധിവസിക്കുന്നു. 500 കോടി വർഷങ്ങളുടെ പ്രായമുണ്ട് ഭൂമിയുടെ മണ്ണിന്: ഒരുപിടി മണ്ണുണ്ടായി വരാൻ നൂറ്റാണ്ടുകൾ മഴ കൊള്ളണം, വെയിൽ കൊള്ളണം. മണ്ണാണ് ഭൂമിയുടെ ആദിയും അന്ത്യവും നിലനിൽപ്പും. മണ്ണാണ് മനുഷ്യന് ഒരു ജൈവശരീരം കൊടുക്കുന്നത്.

'തരിശുഭൂമി'യിൽ ടി.എസ്. എലിയറ്റ് കുറിച്ചിട്ടതോർക്കുക. ഒരു കൈപ്പിടി മണ്ണുകാണിച്ച് ഞാൻ മനുഷ്യനെ പേടിപ്പിക്കും. മനുഷ്യാ, നീ പൊടിയാകുന്നു. പൊടിയിലേക്ക് തിരിച്ചുപോകുമെന്ന ജീവനെക്കുറിച്ചുള്ള മഹാസത്യവും ഇതോടൊപ്പം വായിക്കാം.

മണ്ണിനേയും വിത്തിനേയും വീണ്ടെടുക്കാതെ ഒരു സംസ്കൃതിക്കും നിലനിൽക്കാനാവില്ല. കണ്ണൂരിൽ എല്ലാ വർഷവും നടക്കുന്ന വിത്തുത്സവത്തിൽ ജൈവകർഷകർ ഒന്നിച്ചിരുന്നു പറയുന്ന സത്യമുണ്ട്. നാം നേരിടുന്ന കാർഷിക പ്രതിസന്ധികൾക്കുള്ള അടിസ്ഥാന കാരണം ജൈവവിത്തുകളെ കൊന്നൊടുക്കുന്നതുകൊണ്ടാണ്. കോർപ്പറേറ്റ് ഭീമന്മാർ എല്ലാ വർഷവും ലക്ഷക്കണക്കിന് വിത്തുകളെയാണ് രഹസ്യമായി ഗർഭച്ഛിദ്രം ചെയ്യുന്നത്. ചില വിത്തുകളെ പാറ്റന്റ് ചെയ്യുവാൻ രാസവിത്തുകൾ മണ്ണിൽ വിതറുന്നു. വിത്തിന്റെ ഒരു സ്വരാജ് അതാണവരുടെ ലക്ഷ്യം, സമരം. ഒരു ആപ്പിളിൽ എത്ര വിത്തുണ്ട് എന്ന് നിങ്ങൾക്ക് എണ്ണാൻ കഴിയും. ഒരു വിത്തിലുള്ള ആപ്പിളുകളുടെ എണ്ണം ഈശ്വരനെ അറിയൂ എന്ന റോബർട്ട് ഷുള്ളറുടെ വാക്യം നാം ഇടയ്ക്കിടെ ഉദ്ധരിക്കാറുണ്ടല്ലോ.

പാബ്ലോ നെരൂദ പറയുന്നത് നാം ഭൂമിയിൽ വിത്തുകൾ വിതച്ചു പോകാൻ വന്നു എന്നാണ്. ഒരിക്കലും മരിക്കാത്ത ഒരു ജന്മപ്രവാഹം ഓരോ വിത്തിലുമുണ്ട്. വിതയ്ക്കുമ്പോൾത്തന്നെ കൊയ്ത്തായി മാറുന്ന വചനവിത്തുകളെക്കുറിച്ചുള്ള പ്രത്യാശകൊണ്ട് ഈ കുറിപ്പ് അവസാനിപ്പിക്കാം. നിങ്ങളുടെ വസന്തത്തിന്റെ വിത്ത് മനസ്സിനകത്ത് മാത്രമല്ല ലോകത്തിന്റെ പൂന്തോട്ടങ്ങളിൽ കൊണ്ടുപോയി നടുക.

■

അനാഥർ: അലയുന്ന നക്ഷത്രങ്ങൾ

Sometimes I feel like a motherless child...

രണ്ടു നൂറ്റാണ്ടുകൾക്കിടയിൽ മനുഷ്യരാശിക്ക് കേൾക്കാൻ കഴിഞ്ഞ ഏറ്റവും ദുഃഖഭരിതവും ഏകാന്തവുമായ നീഗ്രോനാടോടി ഗാനത്തിന്റെ തുടക്കമാണത്. അടിത്തട്ടില്ലാത്ത ഭൂമിയിൽനിന്നും അതിരുകളില്ലാത്ത ആകാശത്തുനിന്നും തിരസ്കൃതരുടെയും നിസ്സഹായരുടെയും ഹൃദയ ഭേദകമായ നിലവിളിയായി പല കാലങ്ങളിൽ പല നാടുകളിൽ അനാഥ ത്വത്തിന്റെ സാർവദേശീയ ഗാനമായി ആ വരികൾ കണ്ണീരിൽ കുതിരുന്നു.

സനാഥരെന്ന് അഹങ്കരിക്കുന്ന സുരക്ഷിതരായ നമുക്കെല്ലാവർക്കുമിടയിൽ മാതൃശൂന്യതയാൽ ചുരുണ്ടുപോകുന്ന ഒരു അനാഥനുണ്ട്. അതിനാലാണ് നാം ഈർപ്പമുള്ള ഒരു സാന്ത്വനവാക്കിനായി എല്ലായ്പ്പോഴും ദാഹിക്കുന്നത്.

അനാഥത്വം അതിന്റെ അർത്ഥത്തെപ്പോലും കാത്തിരിക്കുകയാണ്. അതിവിശാലമാണതിന്റെ നിർവചനം. ഒരുപക്ഷേ, വിശപ്പാകും അനാഥ ത്വത്തിന്റെ ആഴം. അവഗണന, അരക്ഷിതത്വം, അപമാനം, തിരസ്കാരം, യുദ്ധം, വംശഹത്യ, രോഗം, അധികാരം, സമ്പന്നത്, വ്യാജദേശീയത - അങ്ങനെ എത്രയോവിധം അനാഥത്വം അടിച്ചേൽപ്പിക്കുന്ന നിശ്ശബ്ദതയാകുന്നു. അതിൽ ജാതിയും മതവും കുടുംബവുമുണ്ട്. കരുണയറ്റ കാലത്തിന്റെ മുഴുവൻ ഹിംസകളുണ്ട്, സ്നേഹശൂന്യതയുണ്ട്.

നീയല്ലേ അവരെ അനാഥത്വത്തിലേക്ക് ചവിട്ടി പുറത്താക്കിയത്? കാർക്കിച്ചുതുപ്പിയത്? എന്ന ചോദ്യം സനാഥരായ നമ്മുടെ തലയ്ക്കു മീതെ തൂങ്ങിയാടുന്നുണ്ട്. നമ്മുടെ നിലനിൽപ്പിനെത്തന്നെ അസംബന്ധമാക്കുന്നുണ്ട്. അനാഥർക്ക് മുമ്പിൽ തല കുമ്പിട്ടുനിൽക്കണം. തൊഴുകൈയോടെ പ്രാർത്ഥിക്കണം.

വിജയത്തിന് ആയിരം അവകാശികളുണ്ട്. എന്നാൽ പരാജയങ്ങൾ അനാഥരാണ്. യഥാർത്ഥ സത്യത്തെ അന്വേഷിച്ചവർ പലപ്പോഴും

അനാഥരാകുന്നതെന്തുകൊണ്ടാണ്? സമ്പത്തിന്റെ അധികാരത്തിന്റെ രാജകീയ സമൃദ്ധിയിൽ നിന്നും സിദ്ധാർത്ഥൻ മഹാഗൃഹപരിത്യാഗം ചെയ്തു.

ഭൂമിയിൽ തലചായ്ക്കാൻ ഇടംകിട്ടാത്തവന്റെ നിലവിളിയുടെ പേരാണ് യേശു. ഞാൻ നിങ്ങളെ അനാഥരായി കൈവെടിയുക ഇല്ല എന്നാണ്. പിറവി മുതൽ മരണം വരെ അനാഥത്വത്തിന്റെ ആ രാജകുമാരൻ വിളിച്ചു പറഞ്ഞത്.

പ്രവാചകനായ നബി, ഒരു നല്ല വീടെന്നാൽ എന്താണെന്ന് ഒരിടത്ത് പറഞ്ഞതിങ്ങനെയാണ്: അനാഥർക്ക് സ്നേഹവും കരുണയും ലഭിക്കുന്ന ഇടമാകണമത്.

ദൈവത്തേക്കാൾ അനാഥരായി തിരസ്കൃതരായി ആരുണ്ട്? ദൈവത്തിന്റെ ഘനീഭവിച്ച ഏകാന്തതയാണ് ഈ പ്രപഞ്ചമെന്ന് മിസ്റ്റിക്കുകൾ മന്ത്രിക്കുന്നു

അനാഥത്വം ഒരവസ്ഥയല്ല. അനുഭവമാണ്. ആരെങ്കിലും നമ്മെ നിരാകരിക്കുമ്പോൾ നിമിഷാർദ്ധങ്ങളിലെവിടെയോ നാം അനാഥരായി പ്പോകുന്നു. ബഹിഷ്കരിക്കപ്പെട്ട ഓരോവാക്കും ഒറ്റപ്പെടലാണ്. ചരിത്ര പുരുഷന്മാർ അതുകൊണ്ടാണ് വർത്തമാനകാലത്തിൽ അനാഥരാകുന്നത്. അവരുടെ വാക്കുകൾ വീടില്ലാതെ അലയുന്നു. ഈ ലോകത്തു നിന്നുതന്നെ പറന്നുപോയ സമയമാണ് ചരിത്രത്തിന്റെ അനാഥത്വം. മനുഷ്യാഹങ്കാരത്തിന്റെ കറുത്ത ഹാസ്യമാണ് അനാഥത്വം.

അനാഥത്വം സങ്കടങ്ങൾ കൊണ്ടുമാത്രം നെയ്തെടുക്കേണ്ട ഒരു നിശ്ശബ്ദവസ്ത്രമല്ല. അനാഥത്വം ചിലർക്കെങ്കിലും സ്വയം സ്വതന്ത്രനാകാനുള്ള തീരുമാനമാണ്. ലോകത്തിന്റെ കൊടിക്കൂറകൾ താഴ്ത്തിക്കെട്ടി ചില മനുഷ്യർ വ്യവസ്ഥിതിക്കു മുമ്പിൽ കീഴടങ്ങാതെ അനാഥത്വം അന്തസ്സായി ആചരിക്കാറുണ്ട്. നാമവരെ പരിഹസിക്കും. കൂട്ടിൽ പിറന്നുവീണ പക്ഷികൾ വിചാരിക്കുന്നത് പറക്കൽ ഒരു രോഗമാണെന്നാണ്. തെളിയിക്കാൻ ബുദ്ധിമുട്ടായ വിശുദ്ധിയാണ് ചിലരുടെ അനാഥ ജീവിതം. ∎

പാതകൾ അകത്തേക്കും പുറത്തേക്കും

പാതകളുടെ ചരിത്രത്തിന് മനുഷ്യരാശിയോളമല്ല, ഭൂമിയുടെ ഉല്പത്തി യോളം പഴക്കമുണ്ട്. ഭൂമിയുടെ അതിരുകൾ മായ്ച്ച് വരച്ചത് പാതകളാ ണല്ലോ. മനുഷ്യരാശി നടന്നുനടന്നാണ് വഴികൾക്കിത്രയും നീളം കിട്ടി യത്. ആഴം കിട്ടിയത്. അർത്ഥം കിട്ടിയത്. സംസ്കാരങ്ങളുണ്ടായത്. നാഗ രികത വന്നത്. പാതകൾ വീണ്ടും വീണ്ടും പുതിയ പാതകളിലേക്ക് കൊണ്ടുപോകുന്നു.

ലോകം മുഴുവൻ വഴികളാണ്. എല്ലാ ദിശകളിലേക്കും ചരിത്രങ്ങളി ലേക്കും സംസ്ക്കാരങ്ങളിലേക്കും ഭാഷകളിലേക്കും പാതകൾ നയി ക്കുന്നു. അവ വളയുന്നു, പുളയുന്നു, പെരുകുന്നു, ഒഴുകുന്നു, കയറുന്നു, ഇറങ്ങുന്നു. ജീവിതങ്ങളെ മാറ്റിവരയ്ക്കുന്നു. സ്ഥലങ്ങളെ മാത്രമല്ല, എല്ലാ വൈവിധ്യങ്ങളേയും മനസ്സുകളേയും കൂട്ടിയിണക്കുന്നു. ഈ ഭൂമി പാതകളല്ലാതെ മറ്റെന്താണ് എന്ന് തീർത്ഥാടകനായ ക്രിസ്റ്റഫർ കൊയ്‌ലോ ജീവിതത്തോട് ആശ്ചര്യപ്പെടുന്നുണ്ട്.

നടക്കുമ്പോൾ തെളിഞ്ഞുവരുന്നതാണ് പാതകൾ. വഴികളിലൂടെ നട ക്കുകയല്ല, നടക്കുന്നതിലൂടെ വഴികളുണ്ടാവുകയാണ് ചെയ്യുന്നത്. പാതകൾ പലവിധമുണ്ട്. ഭൂമി വരച്ച പാതകൾ, മൃഗങ്ങൾ നടന്നുണ്ടായ മാർഗ്ഗങ്ങൾ, മനുഷ്യന്റെ കച്ചവടപ്പാതകൾ, യുദ്ധപാതകൾ, തീർത്ഥാടക വഴികൾ, രഹസ്യവഴികൾ... പാതകൾക്ക് സംഗീതമുണ്ട്. അത് ചിലപ്പോൾ ഭയപ്പെടുത്തും. ചോര ചിന്തും. മരുഭൂമിയുടെ വിശാലമായ പാതകൾ.. ഇടുങ്ങിയ മലമ്പാതകൾ. ആഴങ്ങളെ കാണിച്ചുതരുന്ന ജലപാതകൾ... നാട്ടുവഴികൾ, ഊടുവഴികൾ, പെരുവഴികൾ, തായ്‌വഴികൾ, ഗോളാന്തര പാതകൾ... ആന്തരികതയിലേക്കുള്ള അവരോഹണങ്ങൾ... പുറപ്പാടിന്റെ വഴികളല്ല, തിരിച്ചുവരുന്ന വഴികൾ. പലായനങ്ങളുടെയും പോരാട്ടങ്ങ ളുടെയും വഴികൾ... പ്രണയത്തിലേക്കും മരണത്തിലേക്കും പിളരുന്ന പാതകൾ.

ബുദ്ധന്റെ ധർമ്മപാത നടക്കുന്നവന്റെ ഉൾവിളക്ക് തെളിയുന്ന ധ്യാനമാർഗമാണ്. സിദ്ധാർത്ഥനെ ബുദ്ധനാക്കിയത് അയാൾ അലഞ്ഞ

30

പാതകൾതന്നെ. 'ഞാൻ വഴിയാണ്' എന്ന് സരളവും അഗാധവുമായ ഒരൊറ്റ വാക്യത്തിൽ യേശു സ്വയം നിർവചിച്ചു. ഗാന്ധി നടന്നുപോയ പ്രക്ഷോഭത്തിന്റെയും ഉപവാസത്തിന്റെയും വഴികളിൽനിന്ന് എത്രയോ ഭിന്നം ഹിറ്റ്ലർ നടന്ന ഹിംസയുടെ മാർച്ച്.

ഒരിക്കലും ഒരാൾക്ക് ഒരേസമയം രണ്ടു പാതകളിലൂടെ നടക്കാനാവില്ല. പാതകൾ ഒരാളുടെ നിലപാടും മൂല്യവുമാണ്. ഇടവഴികൾ തിരഞ്ഞെടുക്കുക. നാട്ടുവഴികളെ അനുഗമിക്കുക. ഹൈവേകൾ നഗരങ്ങളിൽ മാത്രം ചുറ്റിക്കറങ്ങുന്നു. കുരുക്കുകളും സമ്മർദ്ദങ്ങളും അപരനെ മറികടക്കാനുള്ള ഗതിവേഗം ചിലപ്പോളവ മരണപാതകളുമാകും.

നിങ്ങളുടെ മനോഭാവംപോലെ നടക്കുക എന്ന് ലാവോത്സു. പാതകളുടെ ഓരം ചേർന്ന് വിനയത്തോടെ, ആദരവോടെ, സൗമ്യതയോടെ, അഭിമാനത്തോടെ പാദങ്ങൾവച്ച്, ശബ്ദം കുറച്ച് പരമാവധി പരിസരങ്ങളെ ശ്വസിച്ച്, സ്നേഹിച്ച്, ശ്രദ്ധിച്ച് നിരഹങ്കാരിയായി നടക്കുവാൻ ശീലിക്കണമെന്നാണ് താവോയുടെ മൊഴി. എന്റെ മാർഗ്ഗം, എന്റെ നിലപാട്, എന്റെ കാലുകൾ, എന്റെ നിലനില്പ്. പാതകൾക്ക് വെളിച്ചവും പാദങ്ങൾക്ക് വിളക്കുമായി തനിക്കുള്ളിലൂടെ നടക്കുന്നവൻ അന്ധകാരമറിയുന്നില്ലെന്ന് യേശുവിന്റെ പ്രകാശമുള്ള വാക്കുകൾ. ഒരിക്കലും എത്തിച്ചേരാത്ത ദുർഘട പാതകളാണ് ആത്മീയതയെന്ന് കസാൻദ്സാക്കിസ്. പാതകളില്ലാത്ത നടത്തത്തെക്കുറിച്ച്, സ്വതന്ത്രതയെ പ്രചോദിപ്പിക്കുന്ന ജിദ്ദു കൃഷ്ണമൂർത്തി. ഒരിക്കലും ആരും നടന്നുപോയിട്ടില്ലാത്ത കാനന പാതകളിൽ വിസ്മയിക്കണമെന്ന് തോറോ.

പാതകൾ യാത്ര ചെയ്യാൻ മാത്രമുള്ളവയല്ല. അവ ഭൂമിയുടെ ജീവനാഡികളാണ്. അടഞ്ഞപാതകളെക്കുറിച്ചോർത്ത് നെടുവീർപ്പിടുമ്പോൾ അനേകപാതകൾ പിന്നിലും വശങ്ങളിലും തുറന്നുവരുന്ന അനുഭവങ്ങളോർക്കുക. നൂറ്റാണ്ടുകൾക്കുമുമ്പ് കടന്നുപോയവർ ആദ്യമേ ലക്ഷ്യങ്ങളിലെത്തിയതാണെന്ന് നാം മറന്നുപോകുന്നു. തെറ്റിയ പാതകളിലൂടെ നടന്ന് ശരിവഴികളിലെത്തിയവരാണ് കൂടുതൽ. യാത്രചെയ്യാത്തവന് ശ്രീയില്ല എന്ന് ഐതരേയബ്രാഹ്മണം. നിങ്ങളെ സ്നേഹത്തിലേക്കും സൗന്ദര്യത്തിലേക്കും ഉത്തേജിപ്പിക്കുന്ന പാതകളിൽ ആത്മാവിനെ സമ്പൂർണമായി സമർപ്പിക്കുക എന്ന ആവിലായിലെ തെരേസ. ഈ ലോകത്തിൽ നമ്മളെല്ലാം തീർത്ഥാടകരേയും അപരിചിതരേയും പോലെയാണെന്ന് അസീസിയിലെ ഫ്രാൻസിസ്. പോകുന്നവർ അതേ മട്ടിൽ തിരിച്ചുവരില്ല. എത്തിച്ചേർന്നതല്ല, എത്തിച്ചേരേണ്ടതാണ് ജീവിതമെന്ന് പാതകൾ പറഞ്ഞുതരും. പുറത്തന്വേഷിക്കുന്നത് ഉള്ളിൽ കണ്ടെത്തുവാൻ പാതകൾ സഹായിക്കും. ലോകം മുഴുവൻ സഞ്ചരിക്കുന്നതിനേക്കാൾ സ്വന്തം ഹൃദയത്തിലേക്ക് ഒരിഞ്ച് നടക്കുന്നവനാണ് കവിയാകുന്നതെന്ന് റിൽക്കേ. എല്ലാ പാതകളും അവനവനിലേക്കാണ് ചെന്നുചേരുന്നത്. യാത്രകളുടെ പ്രാണസുഖം അതിന്റെ ലക്ഷ്യത്തിലല്ല.

വഴികളിൽത്തന്നെയാണെന്ന് എല്ലാ യാത്രാനുഭവങ്ങളുടെയും സത്യവാങ്മൂലം.

ഒരാൾ ദൈവത്തെ അറിയുന്നത് അയാളുടെ കാലുകളിലൂടെയാണ്. നടക്കുമ്പോൾ കാലുകളല്ല, ഹൃദയം തന്നെയാണ് പാതകളിൽ പതിയേണ്ടത്. കാലുകൾ വഴികളെയും വഴികൾ കാലുകളെയും പരസ്പരം പ്രകാശിപ്പിക്കും.

ഇങ്ങനെയെല്ലാം കുറിക്കുമ്പോഴും വേദനയോടെയെങ്കിലും ഇഷ്ടപാതകളിൽനിന്ന് പിരിഞ്ഞു പോരേണ്ടിവരുന്ന സന്ദർഭങ്ങളേയും അഭിമുഖീകരിക്കേണ്ടിവരും. സ്വാതന്ത്ര്യത്തിന്റെ നീതിയുടെ അനുഭൂതി തരാത്ത ഏത് പാതയും ഒരിക്കൽ നമുക്ക് ഉപേക്ഷിക്കേണ്ടിവരും. വിപരീതങ്ങൾക്കിടയിലെ സമനിലയാണല്ലോ ജീവിതം.

പാതകൾ ഒരിക്കലും സ്വയം നവീകരിക്കുന്നില്ല. പാലങ്ങൾ സ്വയം പുതുക്കിപ്പണിയുന്നുമില്ല. അതിലൂടെ യാത്ര ചെയ്യുന്നവരാണ് പാതകളുടെ യൗവ്വനം.

■

പ്രളയാനന്തര കേരളം
താക്കീതും പ്രാർത്ഥനയും

We shall over come...

വീര്യമുള്ള പ്രത്യാശയുടെ ആ അന്തർദേശീയഗാനത്തിലെ ആദ്യ വരിയാണ് ഭൂമിമലയാളം പ്രളയദുരന്തത്തിന്റെ അഞ്ചു നാളുകളിൽ ഏറ്റവും കൂടുതൽ ഫേസ്ബുക്കിൽ കുറിച്ചിട്ടത്. മഴയല്ല വന്നുപോയത്. പ്രളയമായിരുന്നു. ഉരുൾപ്പൊട്ടലായിരുന്നു. മലയിടിച്ചിലായിരുന്നു. കേരളം മുങ്ങുകയായിരുന്നില്ല. മുങ്ങി നിവരുകയായിരുന്നു. എല്ലാം അസ്തമി ച്ചിടത്ത് മനുഷ്യന്റെ ഉജ്ജ്വലശോഭ ഉദിച്ചുവരുകയായിരുന്നു. അതിജീവ നത്തിന്റെ ഒരു ധീരമാതൃക. സഹജീവനത്തിന്റെ ഈർപ്പമുള്ള മഹാ ത്യാഗം മലയാളി എഴുതിച്ചേർത്തു.

പ്രളയംകൊണ്ടുപോയ പലതും ഇനി നമുക്കാവശ്യമില്ല. ഭൂമിയോ ടുള്ള നമ്മുടെ വികലധാരണകൾ, മതം, ജാതി, രാഷ്ട്രീയം എന്നിവയിലെ ഒളിയാക്രമണങ്ങൾ, ഉപഭോഗാർത്തി, ആഡംബരത, അഹന്ത, അപ കർഷം, സ്ത്രീവിരുദ്ധത അങ്ങനെ അസംഖ്യം ബാധകൾ പ്രളയജല ത്തിൽ ഒഴുകിപ്പോകണം. പ്രളയാനന്തരം പഴയ കേരളത്തെ നാം പുനർനിർമ്മിക്കരുത്. മലയാളിജീവിതത്തിൽ ഒരു യുടേൺ അനിവാര്യ മായിരിക്കുന്നു. നമ്മുടെ ഭാവിയാണ് നമുക്ക് പുതുക്കിപ്പണിയാനുള്ളത്. അതിനായുള്ള താക്കീതും പ്രാർത്ഥനയുമാണ് പ്രളയപാഠമായി സ്വീക രിക്കേണ്ടത്.

മലയാളിക്ക് അയാളുടെ യൗവ്വനത്തെ തിരിച്ചുകിട്ടിയോ? യുവത നമ്മുടെ നിറകടലാണെന്ന് തിരിച്ചറിഞ്ഞ ദിവസങ്ങളാണ് കടന്നുപോയത്. ലക്ഷ്യമില്ലാത്തവരെന്ന് മുദ്രകുത്തപ്പെട്ടവർ സൈബിറടങ്ങളിൽ ഒരു പോള കണ്ണടയ്ക്കാതെ ജാഗ്രത്തായി സ്വയം കൺട്രോൾറൂമുകൾ തുറന്ന് കേരളത്തിന് കാവലിരുന്നു. പ്രളയദുരിതങ്ങളെ നേരിടുവാൻ പുതിയ സമൂഹമാധ്യമ സ്നേഹബന്ധങ്ങൾ മലയാളി യുവാക്കളിലൂടെ സാധ്യ മായി. പ്രത്യയശാസ്ത്രശാഠ്യങ്ങളൊന്നുമില്ലാതെ അവരിടപ്പെട്ടു. ഭാവി വികസനത്തിന്റെ പരിഗണനകളും മുൻഗണനകളും അവർക്ക് വ്യക്തമാണ്.

ബാനറുകളിലൊന്നും വിശ്വാസമില്ലാതെ രക്ഷാപ്രവർത്തനങ്ങൾക്ക് കരുതലോടെ മുന്നിട്ടിറങ്ങിയവരിൽ കൂടുതൽ പേർ പെൺകുട്ടികളായിരുന്നു എന്നതും അതിശയകരമാണ്. തുന്നൽവിട്ടുപോയ കേരളത്തെ കൂട്ടിച്ചേർത്തതിവരാണ്. ഉത്തരവാദിത്വമുള്ള ഒരു പുതുതലമുറ അറിവുകൊണ്ടും സാങ്കേതിക പ്രാഗത്ഭ്യംകൊണ്ടും പിറന്നുവീണിരിക്കുന്നു എന്നതുകൂടിയാണ് പ്രളയകാലത്തിന്റെ നിശ്ശബ്ദപ്രഖ്യാപനം.

പരിസ്ഥിതിയുടെ യഥാർത്ഥതാളത്തിനൊപ്പം, പ്രപഞ്ചനീതിക്കൊപ്പം വേണം നമുക്കിനി ജീവിതംകെട്ടിപ്പടുക്കുവാൻ. അഞ്ച് വർഷം മുമ്പ് ഈ ദുരന്തം കൃത്യമായി പ്രവചിക്കപ്പെട്ടതാണ്. ജലനിർമ്മിതകേരളം പരിസ്ഥിതിയുടെ അതിലോലമേഖലയാണെന്നും കാലാവസ്ഥാവ്യതിയാനങ്ങൾക്ക് ഏറ്റവുമധികം ഇരയാക്കപ്പെടുന്നവർ കേരളത്തിലായിരിക്കുമെന്നും എൺപതിലേറെ ഡാമുകൾ ടൈംബോംബുകൾ പോലെ നിത്യഭീഷണിയായി മാറുമെന്നും പുഴകൾ വഴിമാറി ഒഴുകി നഷ്ടപ്പെട്ട അതിന്റെ യഥാർത്ഥ അതിരുകളിലേക്ക് കവിഞ്ഞൊഴുകുമെന്നും മലയാളിക്കു മുമ്പിൽ മാധവ് ഗാഡ്ഗിലിനെപ്പോലുള്ള പ്രകൃതിശാസ്ത്രജ്ഞർ താക്കീതു നൽകിയതാണ്. ഇത് തിരിച്ചറിയാതെപ്പോയതാണോ എന്നറിയില്ല. ഇവിടത്തെ കർഷകസമൂഹവും മതജാതിരാഷ്ട്രീയക്കാരും ഒരുമിച്ച് ഗാഡ്ഗിൽ റിപ്പോർട്ടിനെ തള്ളിക്കളഞ്ഞു. ഈ പ്രകൃതിദുരന്തം മനുഷ്യനിർമ്മിതമാണെന്ന് തിരിച്ചറിയുകതന്നെ വേണം.

ഓർക്കണം. ഈ അതിജീവനത്തിന്റെ ഒരുമയുടെ പേരിൽ കടലിന്റെ മക്കൾ നടത്തിയ ധീരസാഹസികമായ ത്യാഗങ്ങളുടെ കഥ പുതിയ കുട്ടികൾ ഇനി പാടി നടക്കും. അതോടൊപ്പം രക്ഷാപ്രവർത്തനങ്ങൾ സ്വയമേ ഏറ്റെടുത്ത് നിരന്തര ദിശാബോധം നൽകിയ മലയാള മാധ്യമങ്ങളുടെ ജാഗ്രതയും പ്രതിബദ്ധതയും പ്രതീക്ഷാനിർഭരമാണ്.

∎

അഴുക്കും അഴകും

പ്രളയാനന്തരം പുതിയ കേരളത്തെ നാമെങ്ങനെയാണ് നിർമ്മിക്കാൻ പോകുന്നത്? നവകേരളം എന്ത്, എങ്ങനെ എന്നതിനെക്കുറിച്ച് നമുക്കെന്തെങ്കിലും വ്യക്തതയുണ്ടോ? ഈ പ്രളയകാലം, എത്രകാലം നമ്മുടെ ഓർമ്മകളിലുണ്ടാകും? ഒരുമയുടെ ഓർമ്മകളെ ദൃഢമാക്കാനുള്ള ധീരമായ ഒരു വിചാരമാതൃകയുടെ വെല്ലുവിളി നമുക്കേറ്റെടുക്കാൻ കഴിയുമോ?

പ്രളയം ഒഴുക്കിക്കളഞ്ഞ പലതും നമുക്കിനി ആവശ്യമില്ല. തിരിച്ചു പോകേണ്ടത് പഴയ വീടുകളിലേക്കല്ല. എന്നാൽ നിർഭാഗ്യം. പ്രളയത്തിന്റെ മലയിറങ്ങി വന്നപ്പോൾ മലയാളി ഇരുമുടിക്കെട്ടുകളിൽ നിറച്ചത് വെറുപ്പും സ്പർദ്ധയും ജാതിപ്പോരും സ്ത്രീവിരുദ്ധതയും എല്ലാം ചേർന്ന മാലിന്യകൂമ്പാരങ്ങളായി. അതിജീവിച്ച ഒരു ജനത ഇങ്ങനെയാണോ അപമാനിതമായി മുങ്ങിച്ചാകുന്നത്?

അഴുക്കും അഴകും, ആ വാക്കുകൾ പോലെ നേർത്ത അക്ഷരങ്ങളുടെ അതിരുകൾ മാത്രമാണ്. അവ പരസ്പര പൂരകം കൂടിയാണ്. എക്കലും ചെളിയും നദീതടങ്ങളെ സമ്പുഷ്ടമാക്കുന്നു. സംസ്കാരത്തിന്റെ കളിത്തൊട്ടിലുകളാക്കുന്നു. നാഗരികതയുടെ ജൈവചരിത്രം നദികളിൽ ചെന്നുചേരുന്ന അഴുക്കുകളുടെ ചരിത്രം കൂടിയാണ്. അത് നാം മറന്നു. അതറിയാൻ നമുക്കൊരു പ്രളയമുണ്ടായി. അഴുക്കുകളിൽ നിന്ന് അഴകുകൾ നിർമ്മിക്കാനുള്ള ജൈവസാധ്യതകളാണ് നമുക്കിനി പരീക്ഷിക്കാനുള്ളത്.

തെറ്റായ വികസന മാതൃകകളുടെ രോഗാതുരമായ പാർശ്വഫലമാണ് പാതയോരങ്ങളിൽ കുമിഞ്ഞുകൂടുന്ന മാലിന്യം. അവയെ എങ്ങനെ സംസ്കരിക്കാം, സമ്പത്താക്കി മാറ്റം എന്നതിനെക്കുറിച്ചുള്ള വിപുലമായ ശാസ്ത്രീയാസൂത്രണ രേഖകൾ, ദിശാബോധങ്ങൾ നമുക്കാവശ്യമുണ്ട്. ജനാരോഗ്യത്തിലേക്കും ബദൽ ഊർജസ്രോതസ്സുകളിലേക്കും അന്തസ്സുള്ള സാമൂഹ്യനീതിയിലേക്കും മാലിന്യനിർമ്മാർജന ചർച്ച സാർത്ഥകമാകാനുണ്ട്.

ആയിരം ചിറകുള്ള പക്ഷി

നമ്മുടെ വിഴുപ്പും വിസർജ്യവും ആര് ചുമക്കും? രണ്ട് ലക്ഷം കോടി രൂപ ചെലവഴിച്ച് നരേന്ദ്ര മോദിയുടെ സ്വച്ഛ് ഭാരത് എന്ന പേരിൽ രാജ്യത്തെ ശുചിയാക്കാനുള്ള ഒരു കപടനാടകം അരങ്ങേറുന്നുണ്ട്. രാഷ്ട്രീയ ലാഭത്തിനായുള്ള ഇരട്ടത്താപ്പ് ഏതാണ്ട് തിരിച്ചറിഞ്ഞു കഴിഞ്ഞു. മോദിയുടെ സ്വച്ഛ് ഭാരതിനെ ചോദ്യം ചെയ്തുകൊണ്ട് മാധ്യമപ്രവർത്തകയായ ഭാഷാ സിങ് 'അദൃശ്യഭാരത്' എന്ന പുസ്തകം എഴുതിയിട്ടുണ്ട്. വൃത്തിയുടെ ജാതിയെന്ത്? രണ്ട് ലക്ഷം തോട്ടികൾ, അവരിൽ മിക്കവരും പെണ്ണുങ്ങളും കീഴാളജാതിക്കാരുമാണ്. മനുഷ്യവിസർജ്ജ്യവും വിഴുപ്പും ഓടകളിൽ നിന്നും കോരിയെടുത്ത് ചുമന്നുകൊണ്ടുപോകുന്നവർ. ഞങ്ങൾ വൃത്തിയാക്കിയില്ലെങ്കിൽ നിങ്ങൾ വൃത്തിയാകുന്നതെങ്ങനെ എന്നാണവർ ചോദിക്കുന്നത്.

ഈ മാലിന്യങ്ങളുടെ നരകം കൊണ്ടാണ് നാം പറുദീസ സൃഷ്ടിക്കുന്നത്. നമ്മുടെ അത്യാഗ്രഹങ്ങളുടെ മറ്റൊരു പേരാണ് മാലിന്യം. അഴുക്ക് വാറ്റിയുണ്ടാക്കുന്ന അഴകിനെക്കുറിച്ച് നമുക്കൊരു ബദൽ ചിന്ത ആവശ്യമുണ്ട്. മാലിന്യങ്ങൾ തൂത്തുവാരാൻ അകമേ ഒരു ചൂൽ വേണമെന്ന് പറഞ്ഞത് കുഞ്ഞുണ്ണി മാഷാണ്. വ്യവസ്ഥാപിത രാഷ്ട്രീയപാർട്ടികളുടെ ജനാധിപത്യ ഹിംസകളെ ചോദ്യം ചെയ്യുന്ന ആം ആദ്മി പാർട്ടി ചൂലാണ് ചിഹ്നമായി സ്വീകരിച്ചത്. കുപ്പക്കൂനകളായി അഴുകുമായിരുന്ന നമ്മുടെ പിന്നാമ്പുറങ്ങളിലെ പ്ലാസ്റ്റിക്കും പാഴ്‌വസ്തുക്കളും, കുപ്പിക്കഷ്ണങ്ങളും കൈവണ്ടിയിൽ നിറച്ച് പോകുന്ന പേരോ മേൽവിലാസമോ ഇല്ലാത്ത നാടോടികളിൽ നിന്നും നമുക്ക് തുടങ്ങേണ്ടി വരും.

മാലിന്യം ഒരു ജ്ഞാനവും തിരിച്ചറിവുമാണ്. നമ്മുടെ ദാരിദ്ര്യത്തിന്റെ നിക്ഷേപം. ആഡംബരത്തിന്റെ പ്രായശ്ചിത്തം. കാലത്തിന്റെ കണ്ണാടി. അഴകിനായുള്ള ഇന്ധനം. ∎

വിദ്യാഭ്യാസം: ഒരു ഹൃദയശുശ്രൂഷ

ഒരു നാടിന്റെ സർഗ്ഗാത്മകഭാവനയുടെ അഗാധമാനദണ്ഡം ആ നാടിന്റെ വിദ്യാഭ്യാസ പ്രക്രിയയിലാണ് അടങ്ങിയിരിക്കുന്നത്. കേരളത്തിൽ വിദ്യാഭ്യാസം എന്നും സംവാദാത്മകമായിരുന്നു. മൂല്യാധിഷ്ഠിത വിദ്യാഭ്യാസം ലക്ഷ്യം വെച്ച് നമ്മൾ നടത്തിയിട്ടുള്ള പരിഷ്കാരങ്ങൾ നിരവധിയാണ്. ലോകനിലവാരത്തിലുള്ള വിദ്യാഭ്യാസ പ്രവർത്തനങ്ങളുടെ ചുക്കാൻ പിടിക്കുന്ന പല പ്രമുഖരും മലയാളികളാണെന്ന നേട്ടം കൂടി നമുക്കുണ്ട്. സാക്ഷരതയുടെ മികവും ഉന്നതവിദ്യാഭ്യാസ സ്ഥാപനങ്ങളുടെ ധാരാളിത്തവും ഒക്കെക്കൊണ്ട് സമീപകാലങ്ങളിൽ കേരളം വൻമുന്നേറ്റം നടത്തിയിട്ടുണ്ട്. അന്നത്തിനും അറിവിനുമുള്ള സാധാരണ പൗരന്റെ അവകാശത്തെ എത്രമാത്രം ഈ മുന്നേറ്റങ്ങൾ പ്രയോജനപ്പെടുത്തിയിട്ടുണ്ട് എന്നതാണ് ഉയർന്നുവരേണ്ട ചോദ്യം. മറ്റൊന്ന് വിദ്യാഭ്യാസം അറിവാണോ വിവേകമാണോ എന്ന തരംതിരിവാണ്. തൊഴിൽമാത്രം ലക്ഷ്യംവെച്ചുള്ള സാങ്കേതികമാനങ്ങൾ കേന്ദ്രീകരിക്കപ്പെടുമ്പോൾ തകർന്നുപോകുന്ന മൂല്യാധിഷ്ഠിത വിദ്യാഭ്യാസം ചർച്ച ചെയ്യപ്പെടണം. പ്രത്യേകിച്ചും പൊതുവിദ്യാഭ്യാസ ഇടങ്ങളിൽ.

കണ്ണാടികളെ ജാലകങ്ങളാക്കുന്ന വിദ്യാഭ്യാസമാകണം നമ്മുടെ സ്വപ്നം. അതിന് കുറേക്കൂടി തുറന്ന ക്ലാസുമുറികൾ വേണം. ലോകത്തെ മാറ്റിമറിക്കാനുള്ള ഏറ്റവും വലിയ ആയുധമാണ് വിദ്യാഭ്യാസമെന്ന് നെൽസൺ മണ്ടേല പറഞ്ഞത് പുതിയൊരു കാര്യമല്ല. എന്നാൽ തിരിച്ചറിവുകൾ നഷ്ടപ്പെട്ടുപോയ ഭൂരിപക്ഷസമൂഹത്തിന് അതിപ്പോഴും ബോദ്ധ്യപ്പെട്ടിട്ടില്ല.

വിദ്യാഭ്യാസമാണ് വഴിവിളക്ക്. മനുഷ്യൻ ഭാവിയെ കണ്ടെത്തുന്നത് അവിടെയാണ്. മലാല എന്ന പാക്കിസ്ഥാൻ പെൺകുട്ടി ലോകത്തോട് മുഴുവൻ വെളിപ്പെടുത്തിയ ജീവിതസത്യം ഇതായിരുന്നു – 'എനിക്ക് ധൈര്യപ്പെടാൻ വിദ്യാഭ്യാസം മാത്രം.'

വിദ്യാഭ്യാസം ജീവിതത്തിനുള്ള ഒരുങ്ങലല്ല. അത് ജീവിതം തന്നെയാണ്. നമ്മുടെ കാലത്തിന്റെ ഘടനാപരമായ പ്രതിസന്ധികൾക്ക്

മറ്റെന്തിനേക്കാളും കുട്ടികളായിക്കും ഉത്തരം നൽകുക. തകർന്നുപോയ വിദ്യാഭ്യാസത്തെ പുനർനിർമ്മിക്കുക എന്നതിന് ഭാവനയെ വീണ്ടെടുക്കുക എന്നും അർത്ഥമുണ്ട്. മറ്റൊരു ലോകക്രമത്തെക്കുറിച്ചുള്ള ബദൽ ജീവിത സങ്കല്പങ്ങൾ കുട്ടികൾക്ക് മുന്നിലിരുന്ന് മുതിർന്നവർ അവധാനതയോടെ പഠിക്കേണ്ടിവരും. സ്വാതന്ത്ര്യത്തിന്റെ സുവർണ്ണജാലകങ്ങൾ തുറക്കാൻ വിദ്യാഭ്യാസം വേണം. അത് പക്ഷേ ക്ലാസുമുറിയിൽ മാത്രം അധിഷ്ഠിതമല്ല. കുട്ടികൾക്കുമാത്രം രചിക്കാൻ കഴിയുന്ന അദ്ഭുതലോകങ്ങളെ വിദ്യാലയങ്ങൾക്ക് തിരിച്ചേല്പിക്കണം. ഇല്ലാതാകുന്ന ആശ്ചര്യങ്ങളെ ജിജ്ഞാസകളെ വിസ്മയങ്ങളെ യുക്തിക്കപ്പുറമുള്ള ഭാവനകളെ അതിരുകളില്ലാത്ത അന്വേഷണങ്ങളെ വിദ്യാലയങ്ങൾ തിരിച്ചുപിടിക്കണം.

എന്നാൽ നമ്മുടെ പള്ളിക്കൂടങ്ങൾ പരാജയപ്പെട്ട ദൈവമാണ്. ധാർമ്മികഭാവനയില്ലാത്ത സമൂഹം ആദ്യം കെടുത്തിക്കളഞ്ഞത് വിദ്യാലയങ്ങളുടെ സൂര്യപ്രകാശമാണ്. അവിടുത്തെ അദ്ഭുതലോകങ്ങൾ നിരന്തരം ആക്രമിക്കപ്പെടുന്നു. ചോദ്യങ്ങളും കഥകളും കുഴിച്ചുമൂടുന്നു. അപാരമായ സ്വാതന്ത്ര്യത്തിന്റെ ആകാശങ്ങളിൽ അതിരുകൾ കല്പിക്കുന്നു. ചോദ്യങ്ങൾകൊണ്ടും ചിന്താശേഷികൊണ്ടും പ്രബുദ്ധമാകേണ്ട ഇന്നത്തെ വിദ്യാലയങ്ങൾ അടിമത്തം ആഘോഷിക്കുകയാണ്. സർഗ്ഗാത്മകതയെ പരിഹസിക്കുകയാണ്.

വിജയമന്ത്രങ്ങൾ ഉരുവിടാൻ മാത്രമല്ല, പരാജയത്തിന്റെ കരുത്തും സൗന്ദര്യവും കുട്ടികളെ പ്രചോദിപ്പിക്കുന്ന വിദ്യാലയങ്ങളാണ് നമുക്ക് ആവശ്യമായിട്ടുള്ളത്. കാലുകൾക്കൊപ്പം ചിറകുകൾ കൂടി തുന്നിപ്പിടിപ്പിക്കാൻ വിദ്യാലയങ്ങൾക്ക് കഴിയണം. ബുദ്ധിയെ മാത്രം പരിശീലിപ്പിച്ചാൽ പോരാ. ഹൃദയങ്ങളിൽ തൊടണം. കുട്ടികളുടെ വൈകാരിക ജീവിതത്തിൽ വിരലമർത്തുന്ന വിദ്യാഭ്യാസം വേണം. ആത്യന്തികമായി വിദ്യാഭ്യാസം ഒരു ഹൃദയശുശ്രൂഷയാണ്. ക്ഷോഭിക്കാതെ, ആത്മവിശ്വാസത്തോടെ, മൂല്യവിചാരങ്ങളോടെ കേൾക്കാനും പ്രതികരിക്കാനും സംവേദനക്ഷമമാകുവാനും കഴിവ് പകരുന്ന വിദ്യാഭ്യാസം. അവിടെ സിദ്ധാന്തശാഠ്യങ്ങൾക്കൊന്നും ഒരർത്ഥവുമില്ല. അധ്യാപകനെ മറികടക്കാത്ത കുട്ടി ഒരു പരാജയമാണ്. പഠിച്ചതെല്ലാം മറന്നുപോയിട്ടും നിലനിൽക്കുന്നതെന്തോ അതാണ് വിദ്യാഭ്യാസം.

ചരിത്രം ജീവിതത്തിലേക്ക് കടന്നുവരുന്ന ആശയങ്ങളുടെ ഈറ്റുമുറിയാണ് ഓരോ വിദ്യാലയവും. ■

ദാഹത്തിന്റെ വ്രണിതയാത്ര

വേനൽദാഹം വ്രണിതമായൊരു യാത്രാ വിവരണമെഴുതും. ചുട്ടുപൊരിയുന്ന വീണ്ടുകീറിയ വേനലിൽ ജലരാശികളെക്കുറിച്ച്, കൊല്ലപ്പെടുന്ന നദികളെക്കുറിച്ച്, ആഗോള കമ്പോളത്തിന്റെ ജലചൂഷണത്തെക്കുറിച്ച്, ഭ്രാന്തായി മാറുന്ന കാലാവസ്ഥാവ്യതിയാനങ്ങളെക്കുറിച്ച്, വീട്ടുമുറ്റത്തെ കിണറുകൾ മുതൽ കുളങ്ങളും നീർച്ചാലുകളും പുഴകളും കായലുകളും കടലുകളും നേരിടുന്ന അസാധാരണമായ വരൾച്ചകളുടെ ദാരുണാവസ്ഥകളെക്കുറിച്ച്, ജലത്തെ മുൻനിർത്തി പരിസ്ഥിതി രാഷ്ട്രീയത്തിന്റെ കാതലുകളന്വേഷിക്കുന്ന വേനൽവിചാരം. നാലായിരം ദശലക്ഷം പഴക്കമുള്ള ഭൂമിക്കെതിരേ മനുഷ്യൻ നടത്തുന്ന യുദ്ധങ്ങളുടെ ഭീകരവും ദാരുണവുമായ അന്ത്യം ഇങ്ങനെയാകാം. ഭൂമിയുടെ ശ്വാസകോശങ്ങളായ ജലസ്രോതസ്സുകൾ അടച്ചുകളഞ്ഞ് അവയിൽ വിഷവിസർജ്യങ്ങൾ നിറച്ച് ജലമരണം ഉറപ്പുവരുത്തുന്ന കഠിന പാപങ്ങളെയോർത്തുള്ള ഒരു പ്രായശ്ചിത്തം കൂടിയാവാം ഇത്.

ജലമാണ് ഉർവ്വരത. നമ്മളതിനെ ദാഹിക്കുകയും അതിൽ സ്നാനം ചെയ്യുകയും ചെയ്തിട്ടും നമ്മിലെ ആർദ്രത കുറയുകയും ക്രൗര്യം കൂടിക്കൊണ്ടിരിക്കുകയും ചെയ്യുന്നതെന്തുകൊണ്ട്? ഗോത്രജനത രാത്രിനദികളിൽ കാലുകുത്താറില്ല. അപ്പോൾ ജീവന്റെ ജീവാമൃതമായ നദികൾ ഉറങ്ങുന്നു എന്നാണവരുടെ വിശ്വാസം. എന്നാൽ ലോകകുത്തകകളും കൂട്ടാളികളായ നമ്മളും ചേർന്ന് നദികളെ ഉറവിടം മുതൽ മുറിച്ചുവിൽക്കുന്നു. വിഷമാലിന്യങ്ങൾ തള്ളി കൊന്നുകളയുന്നു. ഈ നൂറ്റാണ്ടിൽ നടക്കാനിടയുള്ള ലോക മഹായുദ്ധം ശുദ്ധജലത്തിനുവേണ്ടിയാകുമെന്ന ഇസ്മായിൽ സെറാജൻ്റിലിന്റെ മുന്നറിയിപ്പ് ആരെയും ഭയചകിതരാക്കും. പുഴയിലൂടെ ഒഴുകുന്നത് വെറും ജലമല്ല. സംസ്കാരത്തിന്റെ ജീവരക്തമാണ്. ദൈവം അദൃശ്യമായി നദിയാണ്. ഓർമ്മകളും പുരാവൃത്തങ്ങളും കൊണ്ട് പൊതിഞ്ഞ അതിന്റെ ഒഴുക്കുകൾ നിലച്ചുപോയാൽ അകത്തും പുറത്തും നമ്മൾ ദാഹിച്ചു മരിക്കും.

ജലനിർമ്മിതമാണ് കേരളം. 43 നദികൾകൊണ്ട് സമൃദ്ധമായ, വർഷംകൊണ്ട് നനഞ്ഞു കുതിർന്ന ഈ കേരളഭൂമി അതിന്റെ അറുപതാം

പിറന്നാൾ ആഘോഷിച്ച അതേ ദിനത്തിലാണ് വരൾച്ചാബാധിത സംസ്ഥാനമായി പ്രഖ്യാപിക്കപ്പെട്ടത്. തല കുനിച്ച് ആർക്കു മുന്നിലാണ് നാം ലജ്ജിച്ചു നിൽക്കേണ്ടിവരുന്നത്. ആകാശത്തേക്ക് മഴയ്ക്കുവേണ്ടി ദാഹിച്ചുനിൽക്കുന്ന വേഴാമ്പലാണ് കേരളത്തിന്റെ ദേശീയപക്ഷി എന്നത് എന്തെങ്കിലും തിരിച്ചറിവ് നമുക്ക് നൽകുമോ?

ജലസമരങ്ങൾക്ക് മനുഷ്യചരിത്രത്തോളംതന്നെ പ്രായമുണ്ട്. പുഴത്തീരങ്ങളിൽ നാഗരികതകൾ കുടിവെക്കപ്പെട്ടുവെങ്കിലും അവ കയ്യടക്കാനുള്ള പക്ഷംതിരിഞ്ഞുള്ള ഏറ്റുമുട്ടലുകൾ ചരിത്രത്തിലുടനീളം നടന്നിട്ടുണ്ട്. നർമ്മദയിലും പ്ലാച്ചിമടയിലും പെരിയാറിലും അതിരപ്പിള്ളിയിലും നടക്കുന്ന ജലസമരങ്ങളും ചെറുത്തുനിൽപ്പുകളുമാണ് നമുക്ക് പ്രതീക്ഷ. ജലം മൗലികാവകാശവും പ്രപഞ്ചനീതിയുമാണ്. അത് സംരക്ഷിക്കുവാനുള്ള ആക്ടിവിസമാണ് ഭൂമിയുടെ രാഷ്ട്രീയം. ഇത്തരം മുന്നേറ്റങ്ങളെ ആധികാരികമാക്കുന്നത് ഒരുപക്ഷേ ജലകുംഭങ്ങളുമായി സമരത്തിനിറങ്ങുന്ന സ്ത്രീകളാണ്. തൊണ്ണൂറു ശതമാനം വെള്ളത്തിന്റെ നിറവുള്ള ഗർഭപാത്രം വഹിക്കുന്ന സ്ത്രീകളിലൂടെയാണ് ലോകമെമ്പാടുമുള്ള ജലസമരങ്ങൾ മുന്നോട്ടുപോകുന്നത്.

■

ഉയിർത്തെഴുന്നേല്പ്

ഒരു ഗോത്രവിശ്വാസത്തിലെ കഥ ഇങ്ങനെ. പണ്ട് ഭൂമിയോടൊപ്പം പതിഞ്ഞുകിടക്കുകയായിരുന്നു ആകാശം. ഭൂമിയിലെ ചില പക്ഷികൾ വളരെ ക്ലേശിച്ച് മണ്ണിൽനിന്നും ആകാശത്തെ ഉയർത്തിക്കൊണ്ടുവന്ന് അനന്തതയിലെത്തിച്ചു. ഭാവിയുടെ വീടുകൾ പണിയാൻ ശ്രമിച്ച ആ പക്ഷികളാണ് ഉയിർപ്പിന്റെ പക്ഷികൾ. ഈ ലോകം ജീവിക്കാൻ കൊള്ളാത്തവിധം ജീർണ്ണിച്ചു വിരൂപമായപ്പോൾ നീതിയുടെയും സൗന്ദര്യത്തിന്റെയും ഒരു അപരലോകം പകരം സൃഷ്ടിക്കുന്നിടത്താണ് ഉയിർപ്പിന്റെ സർഗ്ഗാത്മകത.

പരന്ന ഭൂമിയുടെ ചക്രവാളത്തിൽനിന്ന് പാതാളത്തിലേക്ക് വീണുപോകുമെന്ന് ഭയപ്പെട്ടിരുന്ന കാലത്താണ് ഫെർഡിനന്റ് മെഗല്ലൻ നിർഭയം ഭൂമി ചുറ്റിസഞ്ചരിച്ചത്. അദ്ദേഹം ഭൂമി ചുറ്റി തിരിച്ചെത്തിയപ്പോൾ പുരോഹിതരും അധികാരികളും ഭയപ്പെട്ടു. ഇയാൾ മരിച്ചുവെന്ന് പറഞ്ഞു. പക്ഷെ മെഗല്ലന്റെ തിരിച്ചുവരവ് കുട്ടികൾ ആഘോഷിച്ചു.

'ഒരാണ്ടോ പതിറ്റാണ്ടോ നൂറ്റാണ്ടോ ഒരു കോടി ആണ്ടുകളോ കഴിഞ്ഞാലും' പല ലോകങ്ങളിൽ പല കാലങ്ങളിൽ പ്രത്യാശകൾ തിരിച്ചുവരും. മഹാബലി പോലുള്ള മിത്തുകളുടെ വിത്ത് അതാണ്. നുണകൾ പെരുമഴയായി പെയ്തുകൊണ്ടിരിക്കേ, നമ്മുടെ കാലം നുണകളിൽ നിന്നും വിമോചിപ്പിക്കുവാനുള്ള രക്തസാക്ഷികളെ സൃഷ്ടിക്കും. ദുരൂഹമായ പലതിനും ഉത്തരം പറയുവാൻ അവരെല്ലാം തിരിച്ചുവരണമെന്ന് നാമാഗ്രഹിക്കും.

നൂറുമേനിയായി വിളയുന്ന, വിത്തിന്റെ ഭാഷയാണ് ഉയിർത്തെണീക്കലിന്റെ മാതൃഭാഷ. മതത്തിന്റെയും രാഷ്ട്രീയത്തിന്റെയും ശാസ്ത്രത്തിന്റെയും രാഗങ്ങളിൽ ആലപിക്കാവുന്നതാണ് ഉയിർത്തെഴുന്നേല്പിന്റെ ജൈവസത്യം. എല്ലാറ്റിന്റെയും പുതുക്കലാണ് ഉയിർത്തെഴുന്നേല്പ് എന്ന് പത്രോസിനെ ഉദ്ധരിക്കുന്നുണ്ട് പോളിഷ് കവി സെസ്ലോ മീവാഷ് 'സഹനത്തിനുശേഷം' എന്ന കവിതയിൽ, ഉയിർത്തെഴുന്നേൽക്കലിൽനിന്ന് പുതിയ മതേതര/സൗന്ദര്യാത്മക നാനാർത്ഥങ്ങൾ ഉയിർത്തെണീക്കുന്നുണ്ട് യേറ്റ്സിന്റെ ഈസ്റ്റർ 1916ൽ. ഉയിർത്തെഴുന്നേൽക്കുന്നത്

ഐറിഷ് ചരിത്രവും സ്വത്വവുമാണ്. എല്ലാം മാറി ഭീകരമായ ഒരു പുതിയ സൗന്ദര്യം പിറവികൊണ്ടിരിക്കുന്നു എന്ന് നീതിപ്രബുദ്ധമായ ഏത് മനുഷ്യസന്നാഹത്തിന്റെയും ഉയിർത്തെഴുന്നേല്പിനേയും നോക്കി പറയാം. പള്ളിമുറ്റത്തെ ക്ഷുഭിതക്രിസ്തുവിന്റെ സൗന്ദര്യം ആ മാറ്റി ത്തീർക്കലിന്റെ സൗന്ദര്യമായിരുന്നു. ഓരോ തുള്ളി ചോരയിൽനിന്നും ഒരായിരംപേർ ഉണരുന്നത് ആ സൗന്ദര്യത്തിലെ പ്രത്യാശയുടെ അജയ്യ തയിലാണ്. ഉയിർത്തെണീക്കൽ പ്രത്യാശയുടെ ദർശനവും സന്ദേശവും പുതുനിലങ്ങളിൽ വീണ്ടും വിതയ്ക്കുന്നു.

വാതിലുകളെല്ലാം മലർക്കെ തുറന്നുകിടന്നിട്ടും ഈ തടവറ യിൽത്തന്നെ തുടരുന്നതെന്താണെന്ന് റൂമി ഈ കാലത്തോടും ചോദി ക്കുന്നുണ്ട്. ഉയിർപ്പുകൾ ഭൂതകാലത്തിൽനിന്നു മാത്രമല്ല, ഓരോ പുതിയ ദിവസത്തിലും സംഭവിക്കേണ്ടതാണ്. ജീർണ്ണതയെ അതിന്റെ ആഴ ത്തിൽനിന്നും തോണ്ടിയെടുത്ത് മൂല്യനവീകരണം നടത്തേണ്ടതുണ്ട്. അപരനെ, അയൽവാസിയെ എറിയാൻ വെച്ചിരുന്ന കല്ല് ആദ്യം അവന വനിലേക്ക് തന്നെ ഉന്നം പിടിക്കണം. നമുക്കുള്ളിലെ ജീർണ്ണതയും പഴുപ്പും ദുർഗന്ധവും വ്രണവും നമ്മുടെതന്നെ ജീവിതത്തിന്റെ അനി വാര്യമായ ഒരവയവമായി, ഊർജ്ജമായി തീർന്നിരിക്കുന്നു. ജീർണ്ണത കളെ മൂടിവെച്ച് നമുക്കിനി ഈ പൊട്ടിയൊലിക്കുന്ന വ്രണിത കാലത്തോട് സത്യസന്ധരാവാൻ കഴിയില്ല. രാഷ്ട്രീയസമൂഹവും മതസമൂഹവും മാധ്യമസമൂഹവും നുണകളെ കൊട്ടിഘോഷിച്ചുകൊണ്ടിരിക്കുകയാണ്. സദാചാരഗുണ്ടകൾ വ്യാജബോധങ്ങളെ ഭംഗിയായി ഏറ്റെടുത്തിരിക്കു കയാണല്ലോ. പലതരം സാംസ്കാരികമരണങ്ങൾ സംഭവിച്ച ശ്മശാന ത്തിലാണ് സമകാലിക ജീവിതം സ്തംഭിച്ചുനിൽക്കുന്നത്. ജീർണ്ണാവ ശിഷ്ടങ്ങളിലൂടെ നടന്നു നീങ്ങുന്ന പതനത്തിലൂടെ പതനത്തെ തോല്പി ച്ചുണർന്നെഴുന്നേൽക്കുന്ന ഉജ്ജ്വലമായ ചില ആരോഹണങ്ങളെ സ്വപ്നം കാണാൻ കഴിയണം. സ്വപ്നമാണ് നാളെയുടെ രാജ്യമാകേണ്ടത്. ഓർമ്മ കളെ വെല്ലുന്ന സ്വപ്നങ്ങളുണ്ടാവണം. അത് ഉറങ്ങുമ്പോഴും ഹൃദയം പോലെ മിടിച്ചുകൊണ്ടിരിക്കണം.

■

ജീവിതത്തിന്റെ ബദൽവഴികൾ

മറ്റൊരു രീതിയിൽ ലോകത്തെ നോക്കിക്കാണുവാൻ കണ്ണുകളെ ഇരുട്ടു കൊണ്ട് കഴുകേണ്ടി വരും. ഇരുളിൽ നിന്നുവേണം കിരണങ്ങളെ കറന്നെടുക്കുവാൻ. മറ്റൊരു വിധം ജീവിതമായിരുന്നുവെങ്കിൽ എന്ന് ആഗ്രഹിച്ചുപോകാത്ത മനുഷ്യർ ഇക്കാലത്തുണ്ടാകുമോ? ലോകത്തിന്റെ ഘടികാരം നേരെയാക്കണമെങ്കിൽ മറ്റൊരു താക്കോൽ കണ്ടെത്തേണ്ടി വരും. ഒഴുക്ക് നിലച്ചുപോയ ജീവിതത്തെ ചലിപ്പിക്കണമെങ്കിൽ പുതുതായി ചിലതെല്ലാം ഉടൻ തുടങ്ങേണ്ടി വരും.

കൂട്ടക്കശാപ്പുകളുടെയും അഭയാർത്ഥിപ്രവാഹങ്ങളുടെയും തീവ്രവർഗ്ഗീയഭ്രാന്തിന്റെയും അസഹിഷ്ണുതയുടെയും ദുർഗ്ഗന്ധം തുടരുകയാണ്. ഭൂമിയിൽ അന്തസ്സും അഭിമാനവുമുള്ള ഒരു ജീവിതം പുലർന്നു കാണാത്തതിലെ വേദനയും നിരാശയും പങ്കുവെയ്ക്കുന്നവരാണധികവും. ഈ ജീവിതം സ്വതന്ത്രവും സുന്ദരവുമാക്കുവാൻ പുതിയതെന്തെങ്കിലും നിർദ്ദേശിക്കാനുണ്ടോ എന്നാണ് കാലത്തിന്റെ ചോദ്യം.

സ്ഥലകാലങ്ങളെ പുനർഭാവന ചെയ്യുന്നില്ലെങ്കിൽ രണ്ടാമതൊരു മരണം നമുക്കാവശ്യമില്ല. ബദൽ ഇടങ്ങൾ തേടുക മാത്രമല്ല, ഉള്ള ഇടത്തിന്റെ ബദൽ സാദ്ധ്യതകൾ ആരായുക കൂടി വേണം. വരച്ചവയെ മായ്ച്ചും മാറ്റിയും വരയ്ക്കുവാനുള്ള ആർജ്ജവും ധീരതയുമാണ് കാലത്തിന്റെ ആവശ്യം. ലോകം ജീർണ്ണിച്ചുവെന്നറിയുമ്പോൾ എല്ലാ ദർശനങ്ങളും പ്രത്യയശാസ്ത്രങ്ങളും പ്രവാചകസ്വരങ്ങളും ഒരു സ്വപ്നഭൂമിയെ ഉയർത്തിക്കൊണ്ടുവരാൻ ശ്രമിച്ചിട്ടുണ്ട്. ബലിയല്ല, കരുണയാണ് എന്ന് തിരുത്തിക്കൊണ്ടാണ് പഴയനിയമം പുതുക്കപ്പെട്ടത്.

ബദൽ ഒരു ആശയം മാത്രമല്ല. അതിനൊരു സാങ്കല്പിക ഭൂപടം മാത്രം പോരാ. ഭൂമിശാസ്ത്രം വേണം. യാഥാർത്ഥ്യത്തിലേക്കുള്ള പ്രവൃത്തിപഥം കണ്ടെത്തണം. മറുവഴികളിലൂടെ ഒഴുക്കിനെതിരെ, കാലത്തിനെതിരെ നിരന്തരം പൊരുതി മുന്നേറുന്ന സ്വപ്നത്തിന്റെ കർമ്മശക്തിയാണ് ബദലുകൾക്ക് രൂപം കൊടുക്കുന്നത്.

ഭൂമിയുടെ സമഗ്രസന്തുഷ്ടിയിലേക്കുള്ള ഒരു സ്വപ്നരാജ്യത്തിന്റെ സാധ്യതകളും വെല്ലുവിളികളുമാണ് ഉയർന്നുവരേണ്ടത്. വ്യവസ്ഥാവിരുദ്ധതയിലൂന്നിയ യൂട്ടോപ്പിയകളുടെ ചരിത്രവും രാഷ്ട്രീയവും പരിശോധിച്ച് ബദൽ മാതൃകകളുടെ മൗലികത തേടുന്ന ഗൗരവമുള്ള അന്വേഷണങ്ങളുണ്ടാകണം. ഒരിക്കൽ ആദർശമായവ പിന്നീട് ആചാരമായി ജീർണ്ണിച്ചു പോകുന്നതിനെക്കുറിച്ചുള്ള ഉൽക്കണ്ഠകളും പങ്കുവെയ്ക്കപ്പെടണം.

മറ്റൊരു ലോകത്തേയും സമൂഹത്തേയും സഫലമാക്കണമെങ്കിൽ ബദൽശാസ്ത്രത്തിനും നവആത്മീയതയ്ക്കും സൗന്ദര്യഭാവനകൾക്കും ജൈവശീലങ്ങൾക്കും വലിയ പങ്കുണ്ട്. ഘടനാപരമായ പ്രതിസന്ധികളെ അഭിമുഖീകരിക്കുമ്പോൾ നിലനിൽക്കുന്ന യുക്തിബോധങ്ങൾക്കും വിശ്വാസപാരമ്പര്യങ്ങൾക്കും പ്രത്യയശാസ്ത്രമാതൃകകൾക്കും അടിസ്ഥാനപരമായ തിരുത്തലുകളും പൊളിച്ചെഴുത്തുകളും നടക്കേണ്ടതുണ്ട്.

ബഹുത്വത്തിലൂന്നിയ സമീപനങ്ങളിലെ ജൈവവൈവിധ്യങ്ങളാണ് ബദലുകൾക്കൊപ്പം ആഘോഷിക്കപ്പെടേണ്ടത്. ഇതുവരെയും ചരിത്രത്തിൽ മാന്യമായ പ്രവേശനം ലഭിച്ചിട്ടില്ലാത്തവരുടെ മുൻകയ്യുകളിൽ വിശ്വാസമർപ്പിക്കണം. കൃഷിഭൂമിയിൽനിന്നും അരുവിയുടെ ചെറുമർമ്മരങ്ങളിൽ നിന്നും എല്ലാം വീണ്ടും പുതുതായി തുടങ്ങേണ്ടി വരും. ഭൂമിയെ സർഗ്ഗാത്മകമാക്കുവാനുള്ള സൗന്ദര്യസാദ്ധ്യതകളാണ് ബദൽ ജീവിതം മുന്നോട്ട് വെയ്ക്കുന്നത്. പുതുക്കിപ്പണിയുന്നില്ലെങ്കിൽ പണിതവയെല്ലാം രാക്ഷസകോട്ടകളായി മാറും. ചരിത്രത്തിനൊപ്പം മാറുന്നില്ലെങ്കിൽ ദൈവവും സാത്താനാകാൻ സാദ്ധ്യതയുണ്ട്.

ബദലുകളെ സൃഷ്ടിക്കാനുള്ള കഴിവാണ് സർഗ്ഗാത്മകത. അത് ഭാവനയുടെ വീണ്ടെടുപ്പാണ്. യാന്ത്രികലോകത്തോടുള്ള വിയോജനമാണ് കലാഭാവനയുടെ ഇന്ധനം. കടന്നുപോകുന്ന ഓരോ നിമിഷവും ഉള്ളിലുള്ള അനന്തതയുമായി പ്രണയത്തിലാകുമ്പോഴാണ് ബദൽവഴികൾ തെളിയുന്നത്. അതിജീവനത്തിലേക്ക് വാതായനങ്ങൾ തുറക്കുന്നത്. വികസനം പരമോന്നത മതമായുള്ള ഏകശിലാസംസ്കാരത്തിന്റെ തകർച്ചയിൽനിന്നാകും ബദലുകളുടെ ബഹുസ്വര സംഗീതം കേട്ടുതുടങ്ങുക.

ബദൽ ഒരു ഇല്ലാത്ത സ്ഥലമല്ല. നമുക്കുള്ളിൽനിന്നുതന്നെ കണ്ടെത്തേണ്ട ഒരു സ്വപ്നയാഥാർത്ഥ്യം.

■

ദേശീയത അടിച്ചേല്പിക്കപ്പെടുമ്പോൾ...

ഇന്ത്യ എന്ന ആശയം വ്യാജമായ ദേശീയതാവാദത്തിന്റെ മലിനരക്ത ത്താൽ ഹിംസാത്മകമായിരിക്കുന്നു. ചരിത്രത്തിലുടനീളം തീവ്രദേശീ യതാവാദം സംശയിക്കപ്പെടുന്നു. ദേശസ്നേഹം ഇത്രമാത്രം ക്രൂരദാരുണ മായ ദുർവിധിയെ നേരിടേണ്ടിവന്ന കാലഘട്ടമുണ്ടായിട്ടില്ല. മതാധിഷ്ഠിത ദേശീയത ഇന്ത്യയിലിന്ന് പല രൂപഭാവങ്ങളിൽ അടിച്ചേൽപ്പിക്കപ്പെട്ടു കൊണ്ടിരിക്കുകയാണ്.

ബാബ്റി മസ്ജിദ് മുതൽ ഗോവധ നിരോധനം വരെ ഹിന്ദുത്വ ദേശീയ വാദം ഫാസിസത്തിന്റെ ക്രൂരമുഖം വെളിപ്പെടുത്തുന്നുണ്ട്. മതഭീകരവാദം ആദ്യം ഭയത്തെ നിർമ്മിക്കും. പിന്നീട് അത് ഭക്തിയായി വളർത്തും. അര ക്ഷിതത്വത്തിന്റെയും നിസ്സഹായതയുടെയും ദൂഷിത അന്തരീക്ഷം രാജ്യ വ്യാപകമാക്കും. അവസാനം ദേശീയവാദത്തെ ആയുധമണിയിക്കും. ദേശ ത്തുള്ളവരെ അതിന്റെ പേരിൽ ഒഴിവാക്കുകയും അപമാനിക്കുകയും പുറത്തുപോകാൻ നിർബന്ധിക്കുകയും ചെയ്യും.

വെറുപ്പുകൊണ്ടും വിദ്വേഷം കൊണ്ടും ദേശീയത എന്ന ഏകശില യിൽ തീവ്രവാദങ്ങൾ അരങ്ങുവാഴുകയാണിപ്പോൾ. വൈവിദ്ധ്യത്തേയും ബഹുത്വത്തെയും സംവാദങ്ങളെയും വിട്ടുവീഴ്ചകളെയും സഹവർത്തി ത്വത്തെയും സഹിഷ്ണുതയേയും അനുവദിച്ചുകൊടുക്കാത്ത വിധം ഇന്ത്യ എന്ന് ആശയം അസംബന്ധമാവുകയാണ്. ദേശീയത സനാത നവും വിശുദ്ധവുമായ ഒരു സങ്കല്പമൊന്നുമല്ല. കഴിഞ്ഞ രണ്ടു വർഷ ത്തിനുള്ളിൽത്തന്നെ രാഷ്ട്രശത്രുക്കളായി മാറ്റി നിർത്തപ്പെട്ടവരിൽ ആദിവാസികളുണ്ട്. ഗോത്രജനതയുണ്ട്. ദലിതരുണ്ട്, മനന്യൂനപക്ഷങ്ങ ളുണ്ട്. ചെറുത്തുനിൽക്കുന്നവരുടെ ഒരു വലിയ പ്രബുദ്ധസമൂഹമുണ്ട്. ഗോമാംസത്തിന്റെ പേരിൽ തല്ലി കൊലചെയ്യപ്പെട്ടവർ ഈ വ്യാജ ദേശീയ വാദത്തിന്റെ രക്തസാക്ഷികളാണെന്നോർക്കണം.

ദേശീയത നാശകാരിയായി മാറാൻ ഇടയുണ്ടെന്ന് ടാഗോർ ഓർമ്മി പ്പിച്ചു. നമ്മുടെ ആത്മീയ അഭയമായി രാജ്യസ്നേഹത്തെ പരിഗണിച്ചു

കൂടെന്നും അതിന്റെ അന്തിമമായ അഭയം, ദേശീയതയ്ക്കെല്ലാമുപരി യായി മനുഷ്യവംശത്തോടാണെന്നും ടാഗോർ അസന്ദിഗ്ധമായി എഴുതി യിട്ടുണ്ട്. ദേശീയമായ മിഥ്യാഭിമാനത്തിന്റെ തകരച്ചെണ്ടകൾ ഉയർന്നു കേൾക്കാത്ത കാലം എന്നതാണ് കേസരി ബാലകൃഷ്ണപിള്ളയുടെ വലിയ സ്വപ്നം.

വിശ്വമാനവികത എന്ന പ്രയോഗം പോലും നാമാവശേഷമായി ക്കൊണ്ടിരിക്കുന്ന കാലത്താണ് നാമിപ്പോൾ ജീവിക്കുന്നത്. ദേശീയത മാനവികാദർശത്തിന്റെ വിപരീതപദമായി മാറുന്നു. പല ദേശങ്ങളിൽ, പല കാലങ്ങളിൽ, പല കാരണങ്ങളിൽ തല്ലിപ്പഴുപ്പിക്കപ്പെട്ട ദേശീയത യുടെ തീവ്രവാദമാണ് ഫാസിസത്തിന്റെ യഥാർത്ഥ വിത്താകുന്നത്. ദേശീയവാദികളും കോർപ്പറേറ്റുകളും കൈകോർത്ത് ദേശീയതയെ വലി യൊരു ആയുധമാക്കി ആഗോളഹിംസയെ വളർത്തിക്കൊണ്ടുവരിക യാണ്. യഥാർത്ഥ ദേശീയതയ്ക്ക് അപരന്റെ ആവശ്യമില്ല. ആരേയും ഒഴിവാക്കുകയോ രാഷ്ട്രശത്രുക്കളാക്കുകയോ ചെയ്യേണ്ടതില്ല. മതാധി ഷ്ഠിത ദേശീയതയല്ല ജനകീയ ദേശീയതയാണ് വളർന്നുവരേണ്ടത്.

ഇന്ത്യ എന്ന് ആശയം ഛിന്നഭിന്നമാകുമോ എന്ന ആശങ്കതന്നെയാണ് സ്വതന്ത്ര ഇന്ത്യയുടെ സപ്തതി വർഷത്തിലെ ഏറ്റവും വലിയ ഇരുട്ട്. 'പതാകകൾ ചായം പൂശിയ തുണിക്കഷ്ണം മാത്രമാണ്. ഭരണകൂടം അതുകൊണ്ട് ആദ്യം മനുഷ്യന്റെ തലച്ചോറ് മൂടും. പിന്നീട് മരിച്ചവരെ അടക്കുന്ന ചടങ്ങിൽ ശവക്കച്ചയായി ഉപയോഗിക്കും.' തീവ്രമാണ് അരു ന്ധതി റോയിയുടെ വാക്കുകളെങ്കിലും വ്യാജദേശാഭിമാനത്തിന്റെ പൊള്ളത്തരം വലിച്ചുകീറുന്നുണ്ട് ആ വാക്കുകൾ.

അഹിംസയും സഹിഷ്ണതയും ബഹുസ്വരതയും ആണ് ഇന്ത്യയുടെ ആത്മാവെന്നതാണ് സത്യം. സ്വതന്ത്ര ഇന്ത്യയുടെ ദേശീയതാബോധം ചെറുത്തുനിൽപ്പിന്റെ ഇന്ത്യ എന്ന ആശയത്തിലാണ് ശക്തമാകേണ്ടത്. ■

വീടിന്റെ നീതിപടലങ്ങൾ

"ഭൂമിയിൽ മനുഷ്യപുത്രന് തല ചായ്ക്കാൻ ഇടമില്ല. ഹൃദയഭേദകമായ ആ നിലവിളിയിൽ സാമൂഹികനീതിയെക്കുറിച്ചുള്ള മനുഷ്യരാശിയുടെ മുഴുവൻ ആകുലതകളുമുണ്ട്. ദാരിദ്ര്യംകൊണ്ടും അനാഥത്വംകൊണ്ടും യുദ്ധംകൊണ്ടും തലതിരിഞ്ഞ വികസനാർത്തികൾകൊണ്ടും കുടിയിറക്കപ്പെട്ട, തലചായ്ക്കാൻ ഇടം കിട്ടാതെപോയ നരകതുല്യമായ ആവാസ സാഹചര്യങ്ങളിൽ ജീവിച്ചുകൊണ്ടിരിക്കുന്നവരുടെ മുറവിളികൾ ചങ്കുലയ്ക്കുംവിധം യേശുവിലാപത്തിൽ മുഴങ്ങുന്നുണ്ട്.

ലോകത്തിലെ എല്ലാ പരിഷ്കൃതനഗരങ്ങളും അതിന്റെ പുറമ്പോക്കുകളിലേക്ക് സാധുമനുഷ്യരെ തള്ളിവിടുന്ന കഥകൾക്ക് പുതുമയൊന്നുമില്ല. കേരളത്തിലേക്കുതന്നെയൊന്നു നോക്കൂ. പൂട്ടിക്കിടക്കുന്ന 30 ലക്ഷം വീടുകൾ ഇവിടെയുണ്ട്. അതേ സമയം 10 ലക്ഷം കുടുംബങ്ങൾ ഭവനരഹിതരായി കഴിയുന്നു. ചേരികളിലെ അഴുക്കുകളിൽ, ചോർന്നൊലിക്കുന്ന കുടിലുകളിൽ പുഴുക്കൾക്കു തുല്യം ജീവിക്കുന്നവരുടെ തൊട്ടരികിൽത്തന്നെയാണ് അരലക്ഷം ചതുരശ്ര അടി വിസ്താരമുള്ള കൊട്ടാരസദൃശമായ മാളുകളും മാളികകളും ഉയർന്നുപൊന്തുന്നത്. ഇത് ഭ്രാന്തുപിടിപ്പിക്കുന്ന സാമൂഹികദുരന്തമാണ്. മനുഷ്യന്റെ അടിസ്ഥാനപരവും മൗലികവുമായ ആവശ്യങ്ങളിൽ ഒന്നായ പാർപ്പിടം ലോകജനസംഖ്യയിൽ നാലിലൊന്ന് പേർക്ക് നിഷേധിക്കപ്പെട്ടിരിക്കുന്നു.

ദൈവത്തെ കുടിയിരുത്തുന്ന ദേവാലയങ്ങൾ കോടികൾ ചെലവഴിച്ചുള്ള ധൂർത്തുമന്ദിരങ്ങളാണ്. ഒരാളുടെ അവസാനതുള്ളി വിശ്വാസം വരെയും ദേവാലയങ്ങളുടെ പുറംപകിട്ടിൽ ചോർന്നുപോകും.

അതവിടെ നിൽക്കട്ടെ. മധ്യവർഗ്ഗത്തിൽപ്പെട്ടവരായ നാമെല്ലാം പണിയുന്ന വീടുകൾ ആർക്കുവേണ്ടിയാണ്? നാലും അഞ്ചും വീടുകളുടെയും ഫ്ളാറ്റുകളുടെയും ഉടമസ്ഥരായിരിക്കുന്നവരെ സാമൂഹികദ്രോഹികളെന്നല്ലാതെ എന്തു വിശേഷിപ്പിക്കും? അത്തരം അത്യാർഭാട വീടുകളിൽ തെളിയുന്ന അഹങ്കാരത്തിന്റെ നക്ഷത്രങ്ങൾ ആരാണ് വന്ന് അണച്ചുകളയേണ്ടത്. എല്ലാ ജനാധിപത്യ സർക്കാരുകൾക്കും പാർപ്പിടങ്ങളിലെ

ഈ അനീതിയെ ഇല്ലാതാക്കാൻ ബാദ്ധ്യതയുണ്ട്. പൂട്ടിക്കിടക്കുന്ന ആൾപ്പാർപ്പില്ലാത്ത വീടുകൾ ഭവനരഹിതർക്ക് തുറന്നുകൊടുക്കണം. അതിന് വലിയ നികുതിയെങ്കിലും ചുമത്തണം.

ഭാവിയിലെ വീടുകളെക്കുറിച്ചുള്ള സങ്കല്പങ്ങളെന്താണ്? പുര പണിയുമ്പോൾ പുര നമ്മേയും പണിയുന്നുണ്ട്. ഓരോ വീടിനും ഒരു മനസ്സുണ്ട്. നീതിശാസ്ത്രമുണ്ട്. സ്വപ്നമുണ്ട്. എന്നാൽ വീടിന്റെ ചിറകുകൾ നാം വരിഞ്ഞുകെട്ടി വെറും കെട്ടിടങ്ങൾ മാത്രമാക്കുന്നു. പുറംമോടികൾകൊണ്ട് അശ്ലീലമായി പുതപ്പിച്ച ഓരോ വീടിന്റെയും മനസ്സിനെ, മനസ്സിനകത്തെ വീടിനെ നാം ഏതെല്ലാം വിധത്തിലാണ് വിരൂപമാക്കുന്നത്. വീട് ഒരു മൂല്യമാണ്, നീതിയുടെയും സത്യത്തിന്റെയും സൗന്ദര്യമാണ്. മന്ത്രോച്ചാരണംകൊണ്ടോ പനിനീർ തളിച്ചുകൊണ്ടോ വെഞ്ചരിച്ചതുകൊണ്ടോ വീടിന്റെ ആത്മീയത നിലനിർത്താനാവില്ല. വീടിനു പുറത്ത്, വീടുണ്ടാകുംമുമ്പേ അയൽവാസികളെ കാണാമറയത്താക്കി മതിലു പണിയുമ്പോൾ നാം പണിയുന്നത് നമുക്കുള്ളിൽത്തന്നെയുള്ള മതിലാണ്.

ഒരാൾ എന്താണെന്നും ആരാണെന്നും അയാൾ പണിത വീട് നമുക്ക് പറഞ്ഞുതരും. സത്യത്തിൽ ഓരോ വീടും അതിനുള്ളിൽ പാർക്കുന്നവരുടെ തടവറയാണ്. സ്വപ്നത്തിൽപ്പോലും പ്രകൃതിസൗഹൃദമുള്ള ഒരു ഗൃഹാന്തരീക്ഷം നമുക്കില്ല. സ്ത്രീകൾക്കും കുഞ്ഞുങ്ങൾക്കും വൃദ്ധർക്കും ഭിന്നശേഷിക്കാർക്കും പരിഗണനകൾ നൽകുന്ന ഒരു വീട് നമുക്ക് ഭാവിസ്വപ്നം മാത്രമാണ്. നമ്മുടെ കുഞ്ഞുങ്ങൾക്ക് ഏകരായിരുന്നു കരയുവാൻ, സ്വപ്നങ്ങളെ ജീവിതമാക്കുവാൻ, നിർഭയരാക്കുവാൻ ഊർജ്ജം പകരുന്ന ഒരു ജൈവവ്യവസ്ഥ വീടുകളിൽ പുലരണം. അവ ലിംഗനീതികൊണ്ട് മൂല്യസമൃദ്ധമാകണം. പ്രധാനമായും കേരളീയഭവനങ്ങളുടെ സർഗ്ഗാത്മകതയെ പൈതൃകത്തിൽനിന്നും സംസ്കൃതിയിൽ നിന്നും പാരിസ്ഥിതിക വിവേകത്തിൽനിന്നും സാമൂഹികനീതിയിലധിഷ്ഠിതമായി സാക്ഷാൽക്കരിക്കാൻ ശ്രമിച്ച ലാറി ബേക്കറുടെ വിചാര മാതൃകകൾ പിന്തുടരാൻ കഴിയണം.

നമ്മുടെ വീടുകളിൽ നീതിയുടെ ശ്വാസപടലങ്ങളുണ്ടോ എന്ന് തൊട്ടുനോക്കാൻ കഴിയണം. ∎

കാമ്പസ്:
ചില തിരുത്തുകൾ

ഭൂമിയുടെ യൗവ്വനം നഷ്ടപ്പെടുകയാണ്. ലോകത്തിൽനിന്നും സുഖവും പ്രതീക്ഷയും ചോർന്നുപോകുകയാണ്. മഹാഭാരതം എന്ന ഇതിഹാസം ഇത്തരമൊരു വ്യാസവിലാപത്തോടുകൂടിയാണ് ആരംഭിക്കുന്നത്. ലക്ഷം ശ്ലോകങ്ങൾ തീരുമ്പോൾ, 'ഞാനിതാ കയ്യുയർത്തി നിലവിളിക്കുന്നു. ആരുമിത് കേൾക്കുന്നില്ലല്ലോ' എന്ന് വ്യാസഹൃദയം ഹതാശമാകുന്നുണ്ട്.

ഭൂമിയിൽ മുഴുവൻ നിറഞ്ഞുനിൽക്കുന്ന ഊർജ്ജമാണ് യൗവ്വനം. അതിന്റെ നഷ്ടമാണ് ഭൂമിയെ ഇത്രമാത്രം വിരൂപമാക്കുന്നത്; തരിശാക്കുന്നത്. പുതിയ ചിന്തകളും ഭാവനകളും ബദൽ വിചാരമാതൃകകളും ഉന്മേഷകരമായ സർഗവീര്യവും മങ്ങിപ്പോകുന്നു എന്ന ആകുലത ഇക്കാലത്തേയും ഇരുളിലാഴ്ത്തുന്നുണ്ട്. യൗവ്വനത്തിന്റെ ഊർജ്ജമാണ് വീണ്ടെടുക്കപ്പെടേണ്ടത്. യുവത്വത്തിന്റെ ജനാധിപത്യാഘോഷമാകേണ്ട കാമ്പസുകളെ മുൻനിർത്തി വർത്തമാനകാല മാറ്റങ്ങൾക്കൊപ്പം അതിന്റെ ഭാവിരൂപം നിർണ്ണയിക്കുവാൻ ദിശകൾ തേടണം.

സമൂഹത്തിന്റെ പരിച്ഛേദമാണ് കാമ്പസ് എന്നു പറയുന്നത് അതിനെ പരിമിതപ്പെടുത്തലാണ്. സമൂഹത്തിന് പുതിയ കാഴ്ചപ്പാടുകളും മൗലിക ദിശകളും പുതുലോക നിർമ്മാണത്തിനായുള്ള ഊർജ്ജവും കാമ്പസുകൾക്ക് നൽകാനാകും. കാമ്പസിനെ തൊട്ടുനോക്കിയാൽ സമൂഹത്തിൽ പുലരാനിരിക്കുന്ന ആദ്യരുചികൾ അനുഭവിക്കാനാകണം. അത് പൊതുസമൂഹത്തിന്റെ തനിപ്പകർപ്പല്ല. അതിന്റെ ഭാവശക്തി പ്രതിഫലനാത്മകമല്ല. ആശയാഭിരുചികളുടെ നിർമ്മാണസ്ഥലമാണത്.

ആരുടെയെങ്കിലുമൊക്കെ സ്വപ്നങ്ങളും പ്രത്യയശാസ്ത്രങ്ങളും ഉപേക്ഷിക്കുവാനുള്ള ഇടമല്ല കാമ്പസ്. ഇതുവരെയും ഉണ്ടാകാത്ത ആവിഷ്കാരങ്ങൾ മുളപൊട്ടാനുള്ള മാന്ത്രികോദ്യാനമാണത്. ആശയസംവാദങ്ങളുടെ, ബദൽ ജീവിതമാതൃകകളുടെ, സൂക്ഷ്മരാഷ്ട്രീയത്തിന്റെ, സർഗ്ഗാത്മകമായ സമരോത്സുകതയുടെ, സാഹസിക പരീക്ഷണങ്ങളുടെ, ലോകത്തെ മാറ്റിമറിക്കുന്ന മുദ്രാവാക്യങ്ങൾ പിറവികൊള്ളേണ്ട അത്യന്തം

സംവേദനക്ഷമമായ ഭാവിസാദ്ധ്യതകളുടെ ലോകമാണ്. ഇരുപത്തിനാല് മണിക്കൂറും തുറന്നിരിക്കണം നമ്മുടെ കാമ്പസുകൾ. ലോകത്തെത്തന്നെ ക്ലാസുമുറികളാക്കുന്ന ഒരു കാമ്പസ്ജീവിതത്തെയാണ് നാം സ്വപ്നം കാണേണ്ടത്. അവിടെ ആൺപെൺബന്ധം കൂടുതൽ സ്വതന്ത്രവും സുന്ദരവുമാക്കണം. ഇണക്കങ്ങളും സ്നേഹങ്ങളും സമഭാവനയും കൊണ്ട് തളിർക്കണം. ബോധനശാസ്ത്രമാകെ സൗന്ദര്യവത്കരിക്കണം. വ്യതിചലനങ്ങൾക്കും വിയോജനങ്ങൾക്കും പ്രതിപക്ഷബഹുമാനങ്ങളുള്ള സർഗ്ഗാത്മക ശീലങ്ങളുണ്ടാകണം. മസ്തിഷ്കത്തിലേക്കുള്ള വഴി ഹൃദയത്തിലൂടെ കടന്നുപോകണം.

ബുദ്ധിയും ഹൃദയവും ഇണങ്ങിച്ചേർന്ന ഒരു ജൈവമനുഷ്യനിലേക്കാണ് കാമ്പസ് അതിന്റെ ഹൃദയം വിടർത്തേണ്ടത്. ആദിവാസികുട്ടികൾക്കും ഭിന്നശേഷിക്കാർക്കും ഭിന്നലിംഗക്കാർക്കും യഥേഷ്ടം ജീവിക്കാൻ കഴിയുന്ന സൗഹൃദത്തിന്റെ അന്തരീക്ഷമുള്ള കാമ്പസുകൾ ഇപ്പോഴും നമുക്കന്യമാണ്. സാമൂഹികവേദനകളെ നെഞ്ചിലേറ്റാനും അവയ്ക്ക് പരിഹാരമുണ്ടാക്കാനുമുള്ള ഗവേഷണങ്ങളും പഠനങ്ങളുമാണ് കാമ്പസിന്റെ മുൻഗണനകളും പരിഗണനകളും ആകേണ്ടത്.

എന്നാൽ ഇന്നത്തെ കാമ്പസുകൾക്ക് എന്തിനാണിത്രയും മസിൽപെരുക്കങ്ങൾ എന്ന് നാം ചോദിച്ചുപോകും. ചേരിത്തിരിവുകളുടെ വടിപ്രയോഗങ്ങളെന്തിന്? ഇത്രയും പൊങ്ങച്ചങ്ങളും ചപ്പടാച്ചികളുമെന്തിന്? എന്താണ് സമൂഹത്തിന് നമ്മുടെ കാമ്പസുകൾ തിരിച്ചുകൊടുക്കുന്നത്? വിദ്യ വിറ്റ് ലാഭമുണ്ടാക്കുന്ന എളുപ്പവഴികളാണ് കാമ്പസുകൾ ഇന്നന്വേഷിക്കുന്നത്. അറിവിന്റെ ബഹുവിധമായ വിപണിമൂല്യങ്ങൾ മാത്രമാണ് കാമ്പസുകളെ പ്രലോഭിപ്പിക്കുന്നത്. കാമ്പസുകളെ നൈതികബോദ്ധ്യത്തോടെ തിരുത്തിയെഴുതാനുള്ള എല്ലാ തുടക്കങ്ങൾക്കും തുടർച്ചകളുണ്ടാവുന്നില്ല. നിന്നിടത്തുനിന്ന് തിളച്ചുമറിയുന്നുണ്ട്. എന്നാൽ ഒരിഞ്ചുപോലും മുന്നോട്ടേക്ക് കുതിക്കുന്നില്ല.

കാതലായ സന്ദേഹങ്ങളും സംവാദങ്ങളും തുടരുകയാണ്. സ്വപ്നങ്ങളെ ജീവിതമാക്കാൻ കഴിയുന്ന കാമ്പസുകൾ തന്നെ ഈ അന്വേഷണം ഏറ്റെടുക്കണം.

■

ഒഴുക്കിലെ ഒരില

ഒരു മനുഷ്യന്റെ ജീവിതത്തിലെ ഏറ്റവും മനോഹരമായ പാത ഏതാണ്? നടന്നുവന്ന വഴികളിൽ ഏറ്റവും സന്തോഷിപ്പിച്ചതും ഉത്തേജിപ്പിച്ചതും സ്വയം കണ്ടെത്താൻ സഹായിച്ചും ഏതുവഴിയിലൂടെ നടന്നപ്പോഴാണ്? ജീവിതം പല വഴികളും വിരിച്ചുതന്നിട്ടുണ്ടാകാം. നടന്നുനടന്നാണ് വഴികൾക്കിത്രയും നീളം കിട്ടിയിരിക്കുക, അർത്ഥം കിട്ടിയിരിക്കുക. സൗന്ദര്യം കിട്ടിയിരിക്കുക.

എനിക്കുതോന്നുന്നു, വീട്ടിൽനിന്നും പള്ളിക്കൂടത്തിലേക്കു നടന്ന, ആ വഴികളാണ് ഏറ്റവും മനോഹരം. മറവിയുടെ അടരുകൾ ചുരണ്ടിക്കളഞ്ഞ് നാം അവസാനം എത്തുക ഓർമ്മകളുടെ ആ കുഞ്ഞുകാലടികളിലായിരിക്കും. ആദ്യാനുഭവങ്ങളുടെ വിലപ്പെട്ട ഓർമ്മകളെല്ലാം ആ വഴികളിൽ നിന്നും നമുക്ക് പെറുക്കിയെടുക്കാം. വീട്ടിൽനിന്നും സ്കൂളിലേക്കെത്തും വരെയുള്ള ദൂരം ഉത്സാഹഭരിതവും ഉന്മേഷകരവും ആകസ്മികതകളും നിറഞ്ഞതുമാണ്. ജീവിതയാത്രകൾക്കെല്ലാം തുടക്കമായ ആ പാതയായിരിക്കും ഒരു മനുഷ്യന്റെ ഏറ്റവും മനോഹരമായ പാത. പ്രകൃതി അവൾക്കൊരുക്കിക്കൊടുത്ത വിസ്മയങ്ങൾ, കാഴ്ചയുടെ കേൾവിയുടെ, സ്പർശത്തിന്റെ, രുചികളുടെ, മണങ്ങളുടെ അനന്തവൈവിധ്യമാർന്ന അനുഭവകാലങ്ങൾ. സ്കൂളിലേക്കുള്ള ആ വഴികൾ ഓരോ മനുഷ്യനെയും പിന്നീട് കോരിത്തരിപ്പിക്കും. നഷ്ടബോധംകൊണ്ട് തീവ്രമായി ദുഃഖിപ്പിക്കും. ഇന്നവൻ/അവൾ എത്തിനിൽക്കുന്ന അരക്ഷിതാവസ്ഥകളുടെ നീറ്റൽ ആഴപ്പെടുന്നതപ്പോഴാണ്.

വിദ്യാർത്ഥികളുടെ ബുദ്ധിയെ അല്ല ഹൃദയത്തെ പരിശീലിപ്പിക്കുന്ന ഒരു വിദ്യാലയവും അദ്ധ്യാപികയും ഇക്കാലത്ത് നമ്മുടെ കുഞ്ഞുങ്ങൾക്ക് കിട്ടുമോ. സംശയമാണ്. മത്സരങ്ങളില്ല. ഒന്നാമന്മാരാക്കാനുള്ള തന്ത്രങ്ങളില്ല. അതിനാൽ അത്തരം അസൂയകളും അസഹിഷ്ണുതകളും വിദ്വേഷങ്ങളും വിദ്യാലയങ്ങളിലേക്ക് കയറിവന്നിട്ടില്ല. ഒരു വിദ്യാലയത്തെക്കുറിച്ചുള്ള മധുരോദാത്തമായ സങ്കല്പം, അത് വികസിത ഗർഭപാത്രം പോലെ വിദ്യാർത്ഥികൾക്ക് സ്നേഹവും സുരക്ഷയും സ്വാതന്ത്ര്യവും നൽകുക എന്നതാണ്. ഒരു ഗർഭസ്ഥശിശുവിന് അമ്മയുടെ ഗർഭപാത്രം നൽകുന്ന സ്നേഹത്തിനും കരുതലിനും അളവില്ല. നമുക്കത് നമ്മുടെ

വിദ്യാർത്ഥികൾക്ക് കൊടുക്കാനാകുമോ? അവർക്കുള്ളിലെ ഏറ്റവും നല്ല തിനെ, ഏറ്റവും മികവുള്ള സാധ്യതയെ രൂപപ്പെടുത്തുവാൻ നമ്മുടെ വിദ്യാലയങ്ങൾ മനസ്സടച്ചുവെയ്ക്കുന്നതെന്തുകൊണ്ടാണ്? ഉള്ളിൽ വിനി മയം ചെയ്യപ്പെടാത്ത സ്നേഹത്തിന്റെ നാണയങ്ങൾ ഏറെയുണ്ട്.

സന്തോഷങ്ങളെ അതിന്റെ ഉറവിടങ്ങളിൽപ്പോയി സന്ദർശിക്കണ മെങ്കിൽ, സങ്കടങ്ങളിൽ സന്തോഷത്തെ കണ്ടെത്തണമെങ്കിൽ നമുക്ക്, നാം പഠിച്ച പ്രാഥമിക വിദ്യാലയത്തിലേക്കുതന്നെ തിരിച്ചുപോകണം. അനുഭവങ്ങളുടെ ഉറവുകൾ നിരവധിയാണവിടെ. അകം വിങ്ങുന്ന ആന ന്ദത്തോടെ തീവ്രമായ വിഷാദത്തോടെ പള്ളിക്കൂടത്തിലേക്കുള്ള വഴിയിൽ എന്റെ ഓർമ്മകൾ ചുറ്റിത്തിരിയുന്നു.

ശിക്ഷണത്തെക്കുറിച്ച് ബുദ്ധഗുരു പറഞ്ഞിതങ്ങനെയാണ് - ഒഴു ക്കിൽ ഒരിലപോലെയാകണം നിന്റെ വിദ്യാർത്ഥി. ഒരു ചെടിത്തണ്ടു കൊണ്ട് ഒന്നു തൊട്ടാൽ മതി ഒഴുകുന്ന ഇലയുടെ ദിശ മാറും. എത്ര സൗമ്യവും മൃദുലവുമായി അവരെ തൊടാമോ അത്രയും പതുക്കെ അരു മയോടെ. ശിക്ഷണവും ശിക്ഷയും തമ്മിലുള്ള വ്യത്യാസമാണത്. ശിക്ഷ ണത്തിൽ കരുതലുണ്ട്. സ്നേഹമുണ്ട്, പ്രതീക്ഷയുണ്ട്. ശിക്ഷയിൽ ശാഠ്യവും കാർക്കശ്യവും മാത്രമേയുള്ളൂ.

കരുതലും സ്നേഹവും ക്ഷമയും സ്വപ്നവും ചേർന്നുണ്ടാകുന്ന ദിവ്യാനുപാതമുള്ള പാചകമാകണം വിദ്യാഭ്യാസം. സമ്മർദ്ദങ്ങൾ കുറച്ച് അരുതുകളും ആജ്ഞകളും ഒഴിവാക്കി കാർക്കശ്യങ്ങളുടെ ചൂരൽഭാഷ യില്ലാതെ നമുക്ക് കുഞ്ഞുങ്ങളിലേക്ക് ഇറങ്ങിച്ചെല്ലാൻ കഴിയണം. താക്കീതോ തിരുത്തലുകളോ വേണ്ടിവരുമ്പോൾ അവരുടെ ആത്മാഭി മാനത്തിന് ക്ഷതം വരുത്തരുത്. അവരുടെ കുട്ടിക്കുറുമ്പുകളെ സ്നേഹി ക്കാൻ കഴിയണം. ക്ലാസ്സിൽ എല്ലാം അച്ചടക്കത്തോടെ ഒന്നാമതായി പഠി ക്കുന്ന വിദ്യാർത്ഥികളെക്കാൾ ലോകത്തിൽ നന്മചെയ്യാൻ കരുത്തും മനസ്സും ഉണ്ടാകുക വികൃതികുട്ടികൾക്കായിരിക്കും. ഇതെന്നിലെ അദ്ധ്യാ പകന്റെ സത്യവാങ്മൂലം. വീട്ടുമുറ്റത്തെ കിണറ്റിൽ വീണ ആട്ടിൻകു ഞ്ഞിനെ രക്ഷിക്കാൻ കിണറ്റിലേക്കെടുത്തു ചാടുന്നത് ക്ലാസിലെ ഒന്നാ മൻ കുട്ടിയായിരിക്കില്ല തീർച്ച. വികൃതിക്കുട്ടിയായിരിക്കും. അവനോളം നന്മയും സാഹസികതയും അച്ചടക്കം വിഴുങ്ങി തിന്നുന്ന ഒന്നാംബഞ്ചിലെ വിദ്യാർത്ഥിക്കുണ്ടാകണമെന്നില്ല. ശിക്ഷകൾ കുറച്ച്, ശിക്ഷണത്തിന്റെ നേർമ്മയുടെ സാന്ത്വനങ്ങൾക്കൊണ്ടുവേണം കുട്ടികളെ ആത്മാഭിമാനി കളാക്കേണ്ടത് വികൃതികളിലെ വിസ്മയങ്ങൾ തിരിച്ചറിയണം.

തങ്ങളുടെ കുഞ്ഞുങ്ങളെ ശിക്ഷണത്തിലൂടെ നയിച്ച ഗുരുക്കന്മാരെ കുറിച്ചുള്ള ചില മധുരകഥകൾ ഓർമ്മയിൽ വരുന്നു. രാത്രികാലങ്ങളിൽ രഹസ്യമായി ആശ്രമത്തിനു വെളിയിൽ കറങ്ങി, മതിലിനോട് ചേർത്തു വെച്ച സ്റ്റൂളിൽ ചവിട്ടി കയറിക്കയറിപ്പോകുന്ന ശിഷ്യനെ ഗുരു നേരിട്ടതി ങ്ങനെയാണ്: സ്റ്റൂളെടുത്തുമാറ്റി തന്റെ ചുമലവിടെ വെച്ചു. വൃദ്ധഗുരു വിന്റെ മുതുകിൽ ചവിട്ടിയാണ് ശിഷ്യൻ ആശ്രമത്തിലേക്ക് കയറി പ്പോയത്. രാത്രിയിൽ മഴയും മഞ്ഞും ഉണ്ടാകും. പനി പിടിക്കരുതെന്ന്

ഗുരുവിന്റെ പറയാതെ പറഞ്ഞുള്ള സൗമ്യമായ സ്വരം. അതൊരു ശിക്ഷണമാണ്. ഒരു ശിഷ്യന്റെയും മനസ്സിനെ പരിക്കേൽപ്പിക്കാതെവേണം ഗുരു ശിക്ഷണം ചെയ്യുവാൻ.

ലേണിങ്ങും സ്റ്റഡിയും – പഠിപ്പിക്കൽ തന്നെയാണ്. ലേണിങ്ങിൽ സ്നേഹത്തിന്റെയും കരുതലിന്റെയും പ്രകാശമുണ്ട്. പഠനമവിടെ അനുഭവത്തിലൂടെ മെല്ലെ മെല്ലെ പ്രകാശിച്ചുവരുന്ന വിവേകമാണ്. എന്നാൽ സ്റ്റഡിയെന്നുപറയുമ്പോൾ അത് ഏകപക്ഷീയമായ അടിച്ചേൽപ്പിക്കലാണ്. അനുഭവം കലർന്നുചേരാത്ത ഹിംസ അതിലുണ്ട്.

അദ്ധ്യാപകൻ തന്റെ വിദ്യാർത്ഥികളെ ഹൃദയംകൊണ്ട് സ്പർശിക്കണം. വിദ്യാഭ്യാസത്തിലപ്പോൾ അദ്ഭുതങ്ങൾ നടക്കും. ക്ലാസ്സിലെ ഏറ്റവും ദരിദ്രനും അനാഥനുമായ കുട്ടിയിലേക്ക് ഒഴുകിയെത്തണം അദ്ധ്യാപകന്റെ നീതി നിറഞ്ഞ പരിഗണനകളും മുൻഗണനകളും.

ഒരു ക്ലാസ് മുറിയെക്കുറിച്ച് എനിക്കൊരു സങ്കല്പമുണ്ട്. അത് സ്വാതന്ത്ര്യത്തിന്റെ റിപ്പബ്ലിക്കാണ്. ആ സ്വാതന്ത്ര്യത്തിലേക്ക് വിദ്യാർത്ഥികളെ തുറന്നുവിടുന്നതാകണം ഒരു ക്ലാസ് മുറി. അടിച്ചേൽപ്പിക്കുന്ന സിലബസും പരീക്ഷാക്രമങ്ങളും എല്ലാം അതിലുണ്ടെങ്കിലും അദ്ധ്യാപകരും വിദ്യാർത്ഥികളും തമ്മിൽ ആശയസംവാദങ്ങളുടെ സ്വതന്ത്രമായ ആലിംഗനമാണവിടെ നടക്കേണ്ടത്. ക്ലാസ്മുറിയിൽ അദ്ധ്യാപകൻ അയാളുടെ പാണ്ഡിത്യവും വാദമുഖങ്ങളുമല്ല പ്രകാശിപ്പിക്കേണ്ടത്. വിദ്യാർത്ഥികൾക്ക് സ്വയം പ്രകാശിക്കുവാനുള്ള അന്തരീക്ഷം സൃഷ്ടിക്കുവാനാണ് ശ്രമിക്കേണ്ടത്. അദ്ധ്യാപകൻ ഏകപക്ഷീയമായി പറയുകയല്ല, വിദ്യാർത്ഥികളെ പറയാൻ പ്രേരിപ്പിക്കുകയാണ് ചെയ്യേണ്ടത്. ഓരോ വിദ്യാർത്ഥിയുടെയും വ്യത്യസ്തതകളെ ആഴത്തിൽ അവർക്ക് മനസ്സിലാക്കിക്കൊടുക്കുവാനുള്ള സന്ദർഭങ്ങളാണ് ക്ലാസുമുറികളിൽ ഒരുങ്ങിവരേണ്ടത്. വിദ്യാർത്ഥികൾക്കുള്ളിലെ മികവും സൗന്ദര്യവുമുള്ള സാദ്ധ്യതകളിലേക്ക് അയാളെ രൂപാന്തരപ്പെടുത്തണം.

ജീവിതത്തിൽ വിജയിക്കാനുള്ള മന്ത്രം ഉപദേശിക്കുന്നവനാകരുത് അദ്ധ്യാപകൻ. വിജയം ഒരാളിലുണ്ടാക്കുന്ന അഹങ്കാരം, മത്സരബുദ്ധി, അസഹിഷ്ണുത, അസൂയ എന്നിവയെക്കുറിച്ച് നല്ല ബോദ്ധ്യം വേണം. ജീവിതത്തിന്റെ പ്രതിസന്ധിഘട്ടങ്ങളിൽ അതിജീവനത്തിന്റെ വാതിലുകൾ എങ്ങനെ തുറക്കണമെന്ന് ഒരു ക്ലാസ്മുറി നല്ലവണ്ണം ചർച്ച ചെയ്യണം. വിദ്യാർത്ഥിയുടെ ഭാവനയിൽ വിശ്വസിക്കണം. ഉപാധികളില്ലാതെ അവരെ ഗാഢമായി സ്നേഹിക്കണം. അദ്ധ്യാപനം പാഷനാകണം. അതു വെറുമൊരു തൊഴിലല്ല. ജീവിതത്തിന്റെ സമഗ്രസൗന്ദര്യത്തെ സാക്ഷാൽക്കരിക്കുവാനുള്ള ഒരു പ്രണയാനുഭൂതി നിറയുന്നതാകണം അദ്ധ്യാപനം.

ക്ലാസുമുറി വിദ്യാർത്ഥികളുടെ സാഹസിക ചിന്തകളുടെ ഇടിമിന്നലുകൾകൊണ്ട് ഇടയ്ക്കിടെ വെട്ടിത്തിളങ്ങണം. ഉത്തരങ്ങൾ കണ്ടെത്തുന്നതിനൊപ്പം ചോദ്യങ്ങൾക്കും സന്ദേഹങ്ങൾക്കും ധാരാളം ഇടമുണ്ടാകണം.

എന്നാൽ, ഇന്നത്തെ അദ്ധ്യാപകൻ ഇന്നെന്താണ് ചെയ്യുന്നത്? പാണ്ഡിത്യം കൊണ്ടല്ല കരുണ കൊണ്ടുവേണം ഒരദ്ധ്യാപകൻ വിദ്യാർത്ഥിയുടെ ഹൃദയത്തിലേക്ക് പ്രവേശിക്കുവാൻ. ഇന്ന് വിദ്യാർത്ഥിയുടെ ബുദ്ധിമാത്രം പരിശീലിക്കപ്പെടുന്നു. ഹൃദയത്തെ തൊടാനോ വിദ്യാർത്ഥിയുടെ വൈകാരിക ജീവിതത്തിൽ വിരലമർത്താനോ കഴിയുന്ന ഒരു ഇന്ദ്രിയം ഇന്ന് അദ്ധ്യാപകനിൽനിന്ന് കൈമോശം വന്നിരിക്കുന്നു.

വ്യത്യസ്തതയാണ് വ്യക്തിത്വം എന്ന് വിദ്യാർത്ഥിയെ ബോദ്ധ്യപ്പെടുത്തണം. തനിക്കുമാത്രം ഈ ലോകത്തിൽ ചെയ്യാൻ കഴിയുന്ന മൗലിക സാദ്ധ്യതയെ പുറത്തുകൊണ്ടുവരുവാനുള്ള സത്യാന്വേഷണ പരീക്ഷണമാണ് അദ്ധ്യാപനത്തിൽ നടക്കേണ്ടത്. അദ്ധ്യാപകൻ ഒരു ജാലകമാണ്. ഒരു തുറന്ന വാതിൽ.

വിധിക്കു കീഴടങ്ങാനല്ല അതിനെ ധീരമായി നേരിടാനും അതിജീവിക്കുവാനുമുള്ള സാംസ്കാരികമായ ഊർജ്ജമാണ് വിദ്യാർത്ഥികളിൽ നിറയേണ്ടത്. ക്ലാസുമുറികൾ വിജയമന്ത്രങ്ങൾ ഉരുവിടാനുള്ളതല്ല, ഒരു അദ്ധ്യാപകൻ പരാജയത്തെക്കുറിച്ച് സംസാരിക്കട്ടെ. പരാജയത്തിന്റെ കരുത്ത്, സൗന്ദര്യം, സാദ്ധ്യത... അതേക്കുറിച്ചുള്ള ചിന്തകളിൽ ക്ലാസ്മുറികൾ സംവേദനക്ഷമമാകണം. വീഴ്ചകളിൽനിന്നും തോൽവികളിൽനിന്നും വിദ്യാർത്ഥികൾക്ക് ആത്മവിശ്വാസത്തെ തിരിച്ചുകൊടുക്കണം. കഷ്ടാനുഭവങ്ങളിലൂടെ കടന്നുപോകുമ്പോൾ ഒരാൾക്ക് അയാളുടെ ഏറ്റവും മികച്ചത് തിരിച്ചുകിട്ടും എന്ന് വിദ്യാർത്ഥിയെ നൈതിക ജാഗ്രതയോടെ ഓർമ്മപ്പെടുത്തുന്നവനാകണം അദ്ധ്യാപകൻ.

ജീവിതത്തിൽ പരാജിതർക്കും അന്തസ്സുള്ള ഒരു ഭാഗധേയമുണ്ടെന്ന് ആത്മബലത്തോടെ പറയണം. വീഴുന്നവരെ താങ്ങുവാനും നിവർത്തി നിർത്തുവാനും അദ്ധ്യാപകന്റെ വാക്കുകൾക്ക് കഴിയണം. യാത്രകളും സ്വപ്നങ്ങളും നിറഞ്ഞ ഒരു ലോകത്തേക്ക് സ്വതന്ത്രമായി പറഞ്ഞു വിടണം. വിദ്യാർത്ഥികൾക്ക് രണ്ടുകാലുകൽ മാത്രമല്ല ചിറകുകളും തുന്നിച്ചേർക്കണം.

സ്വപ്നത്തിന്റെ ഒരു തുണ്ട് ആകാശം നെഞ്ചിൽ സൂക്ഷിക്കാത്ത ഒരാൾക്ക് നല്ലൊരദ്ധ്യാപകനാകാൻ കഴിയില്ല. സിലബസിനു വെളിയിലേക്കു സഞ്ചരിക്കുന്ന വിദ്യാർത്ഥിക്കു മാത്രമേ ഒരു പുതുലോകം നിർമ്മിക്കുവാൻ കഴിയൂ. പാഠപുസ്തകത്തെ അതിലംഘിക്കുവാനാണ് അദ്ധ്യാപകൻ നിരന്തരം വിദ്യാർത്ഥികളെ പ്രചോദിപ്പിക്കേണ്ടത്. തന്റെ അറിവിന്റെ ലോകത്തിലേക്ക് വിദ്യാർത്ഥികളെ കൊണ്ടുവരിക എന്നതല്ല, യഥാർത്ഥത്തിലൊരു അദ്ധ്യാപകനു ചെയ്യാനുള്ളത്. വിദ്യാർത്ഥിയുടെ മനസ്സിലേക്ക് പ്രവേശനകവാടം തുറക്കുകയാണ് പ്രധാനം.

നമ്മുടെ വിദ്യാഭ്യാസം ഒരു പരാജയപ്പെട്ട ദൈവം തന്നെ. എന്നാൽ കരുണകൊണ്ടും സ്നേഹംകൊണ്ടും കരുതൽകൊണ്ടും വിദ്യാഭ്യാസത്തിന്റെ മുറിവുകളെ ശുശ്രൂഷിക്കണം. ക്ലാസുമുറികൾ ഡിജിറ്റൽ സാങ്കേതികമികവുകൊണ്ട് സ്മാർട്ടാകുമ്പോഴും അതിനുള്ളിലെ നൈതിക പ്രകാശം അണഞ്ഞുപോകരുത്. ■

എന്തുകൊണ്ട് ജനകീയ ദൈവശാസ്ത്രം?

എന്താണ് ക്രിസ്തീയഭാവനയിലെ പുതിയ ആകാശവും പുതിയ ഭൂമിയും? അത് നീതിക്കുവേണ്ടിയുള്ള നിലവിളിയും പോരാട്ടവുമാണ്. ഭൂമിയിലെ ഏറ്റവും ദരിദ്രരായവർക്കൊപ്പം നിൽക്കാനുള്ള നിലപാടും ബദൽസംസ്കൃതിയുമാണ്. മനുഷ്യന്റെ വിശപ്പും ദാഹവുമറിയാത്ത സുവിശേഷത്തിന് ആത്മാവില്ലെന്ന് വാദിക്കുന്ന ധാർമ്മിക കലഹം അതിൽ അന്തർഭവിച്ചിരിക്കുന്നു. യേശുവിനെ വീണ്ടും ചരിത്രത്തിലേക്ക് സ്വതന്ത്രമാക്കുന്ന, അധികാരത്തിനും സമ്പത്തിനും എതിരായ സ്ഫോടനാത്മകമായ ഊർജ്ജമാണത്. ലോകത്തെ നുണകളിൽ നിന്നും മോചിപ്പിക്കുന്നു. വളഞ്ഞ വഴികളെ നിവർത്തുന്നു. ജനാധിപത്യത്തിന്റെയും ലിംഗസമത്വത്തിന്റെയും പാരിസ്ഥിതികജാഗ്രതയുടെയും ദരിദ്ര പക്ഷത്തും കീഴാളപക്ഷത്തും നിൽക്കുന്ന പുതിയൊരു ലോകക്രമത്തെ സ്വപ്നം കാണുന്ന ജനകീയ ദൈവശാസ്ത്രമാണ് വിമോചനത്തിന്റെ ആത്മീയത.

മർദ്ദകഭരണകൂടങ്ങൾക്കും സ്വേച്ഛാധിപത്യങ്ങൾക്കും എതിരായി ലാറ്റിനമേരിക്കയിൽ അരനൂറ്റാണ്ടിനുമുമ്പ് ഒരു തീക്കാറ്റായി വീശിയടിച്ച വിമോചന ദൈവശാസ്ത്രത്തിന്റെ പോരാട്ടങ്ങൾ സോവിയറ്റ് യൂണിയന്റെ തകർച്ച ഉൾപ്പെടെയുള്ള മാറ്റങ്ങളിൽ ഉലഞ്ഞ് പെട്ടെന്ന് അപ്രത്യക്ഷമാവുകയായിരുന്നു. കേരളത്തിന്റെ കടലോരങ്ങളിൽ ഉൽപ്പതിഷ്ണുക്കളായ ജെസ്യൂട്ട് വൈദികരുടെ നേതൃത്വത്തിൽ എഴുപതുകളിലും എൺപതുകളിലും മത്സ്യത്തൊഴിലാളികളുടെ അവകാശപ്പോരാട്ടങ്ങൾ വിമോചന ദൈവശാസ്ത്രത്തിന് ഊർജ്ജം പകർന്നു. ആ തിരകളെല്ലാം തൊണ്ണൂറുകളുടെ ആദ്യത്തിൽ വേലിയിറങ്ങിപ്പോയി.

പക്ഷേ, ഫ്രാൻസിസ് പാപ്പ കത്തോലിക്കായാഥാസ്ഥിതികതയെ ഞെട്ടിച്ചുകൊണ്ട് വിമോചന ദൈവശാസ്ത്രത്തിന്റെ മുഖ്യവക്താവായിരുന്ന ഗുസ്താവ് ഗുട്ടിയറസിനെ 2013ൽ വത്തിക്കാനിലേക്ക് ക്ഷണിച്ചു വരുത്തി. അദ്ദേഹത്തോടൊപ്പം ചേർന്ന് പ്രവർത്തിച്ചിരുന്ന ജർമ്മൻ കർദ്ദിനാൾ ജറാസ് മുള്ളറെ വത്തിക്കാനിലെ വിശ്വാസപ്രമാണ വിഭാഗത്തിന്റെ

മേധാവിയായി നിയമിച്ചു. ആഗോളീകരണത്തിനെതിരായ പാപ്പയുടെ വിമർശനവും നിർഭയ നിലപാടുകളും യാഥാസ്ഥിതികതയുടെ കൽത്തുറുങ്കുകൾ ഭേദിക്കാൻ പോന്നതായിരുന്നു. കത്തോലിക്കാ മതത്തിന്റെ ചരിത്രത്തെ മാനവികതയിലൂന്നി പുതുക്കിപ്പണിയുവാനുള്ള പോപ്പിന്റെ നീക്കങ്ങളാണ് പുതിയ കാലത്തിന്റെ വിമോചന ദൈവശാസ്ത്രത്തിന് ദിശാബോധം പകർന്നത്. മതേതര ക്രിസ്തീയത എന്ന ആദർശമാണ് പോപ്പ് മുന്നോട്ടുവെച്ചത്. മതത്തെ ജനാധിപത്യവൽക്കരിക്കുവാനും സഭാപ്രവർത്തനങ്ങളെല്ലാം സുതാര്യമാക്കുവാനും സ്ത്രീകൾക്കും ന്യൂനപക്ഷങ്ങൾക്കും അഭയാർത്ഥികൾക്കും പരിസ്ഥിതിയുടെ ജൈവനീതിക്കും വേണ്ടി പോപ്പ് ഫ്രാൻസീസിന്റെ അഞ്ചുവർഷത്തെ കാതലായ സന്ദേശങ്ങൾ ആണ് ദൈവശാസ്ത്രത്തിന് വിമോചക മൂല്യങ്ങൾ പകർന്നത്.

എന്നാൽ ക്രിസ്തുവിൽ നിന്നും തിരിച്ചറിയാനാവാത്തവിധത്തിൽ വ്യതിചലിച്ചുപോയ ക്രിസ്തീയതയെ വീണ്ടെടുക്കുവാനുള്ള പോപ്പ് ഫ്രാൻസീസിന്റെ അഞ്ചുവർഷം പാഴായിപ്പോവുകയാണോ? അധികാരവും സമ്പത്തും ജനാധിപത്യവിരുദ്ധതയും ആർഭാടങ്ങളും അഹങ്കാരങ്ങളുമായി സഭാധികാരം പോപ്പിനെയും അതുവഴി ദൈവശാസ്ത്രത്തിന്റെ വിമോചകസത്തയേയും നിർവീര്യമാക്കി എന്നുതന്നെ പറയാം. പണക്കൊഴുപ്പും അധികാരധാർഷ്ട്യവും കൊണ്ട് ക്രിസ്തീയത അന്ധവും ജീർണ്ണവുമായി. ആത്മീയവ്യവസായം കൊഴുത്തു. കേരളസഭയിൽ നോക്കൂ. പൗരോഹിത്യവും സഭാധികാരികളും പ്രതിക്കൂട്ടിലാണ്. സാമ്പത്തിക ക്രമക്കേടുകളും ലൈംഗിക കുറ്റാരോപണങ്ങളും ആഘോഷ മത്സരങ്ങളും കൊണ്ട് മതം എന്നു പറയാനാവാത്തവിധം മതാഭാസങ്ങളിൽ സഭ തലതിരിഞ്ഞുപോയി വിശ്വാസ്യത തകർന്നു. ദരിദ്രർക്കൊപ്പം നിൽക്കേണ്ട ക്രൈസ്തവസാക്ഷ്യം ദുർബലമായി. പോരാട്ടങ്ങളുടെ ഊർജം ഉറകെട്ടുപോയി.

സഭയിൽ നടക്കേണ്ട ആന്തരികവിമർശനം ജനാധിപത്യവൽക്കരണം സമഗ്രശുദ്ധീകരണം അല്മായർക്കും സ്ത്രീകൾക്കും അന്തസ്സാർന്ന പ്രാതിനിധ്യം അങ്ങനെ പ്രസക്തമായ പലതും ഗൗരവപൂർവം പരിഗണിക്കപ്പെടണം.

ഏറ്റുമുട്ടലിന്റെ സംഘർഷമുഖങ്ങളല്ല പുതിയ ലോകത്തിന്റെ വിമോചനദൈവശാസ്ത്രം . അത് ശുദ്ധീകരണത്തിന്റെ, ഉൾക്കൊള്ളലിന്റെ, പങ്കുചേരലിന്റെ, കരുതലിന്റെ ബഹുസ്വരആത്മീയതയാണ്. അതിജീവനമല്ല, സഹജീവനമാണ് ദൈവശാസ്ത്രത്തെ പ്രസന്നവും പ്രബുദ്ധവും പ്രത്യാശാഭരിതവും ആക്കുന്നത്.

■

ആഴക്കടൽപ്പച്ച
പെണ്മ ജീവിതമെഴുതുമ്പോൾ

സ്ത്രീയേ, എത്ര മുറിയണം, മരിക്കണം
ഞെരിഞ്ഞിൽ മെത്തയിൽ കിടക്കണം
ഒരു സ്ത്രീജന്മം പൂർത്തിയാക്കുവാൻ

വേട്ടക്കാരനുമുമ്പിൽ ഇരയുടെ ജന്മമായി സ്വയം സമ്മതിച്ചുകൊടു ക്കുന്ന അവസ്ഥയെയാണ് നമ്മുടെ പെൺവിചാരം ആദ്യം തീ കൊളു ത്തേണ്ടത്. തനിക്കുള്ളിലെ ആത്മീയ ഊർജ്ജം വീണ്ടെടുക്കുവാനുള്ള ധീരത.

വീട്ടിൽ, തെരുവിൽ, യാത്രയിൽ, വിദ്യാലയത്തിൽ, തൊഴിലിടങ്ങളിൽ, ആരാധനാലയങ്ങളിൽ ഒളിഞ്ഞുനോട്ടക്കാർക്കും ബലാൽസംഗികൾക്കും തന്റെ ഉടലിന്റെ ഉണ്മയെ തൊടാനാവില്ലെന്ന് അവൾക്കൊരു ദൃഢനിശ്ചയ മുണ്ടാകണം. എന്റെ ശരീരത്തിൽ എത്രപേർ വേണമെങ്കിലും കയറിയി റങ്ങട്ടെ, ഞാനനുവദിക്കാതെ എന്റെ ആത്മാവിനെ തൊടാൻ ആർക്കു മാവില്ല. റാബിയയുടെ വചനങ്ങൾ പെണ്മ തന്റെ ഉടലിൽ സദാ കത്തിച്ചു നിർത്തണം.

അതിശയകരമായ ശരീരത്തിലാണ് ഓരോ സ്ത്രീയും ജീവിക്കുന്നത്. അവളുടെ ഗർഭപാത്രത്തിൽ അവൾ ആണിനേയും പെണ്ണിനേയും വഹി ച്ചിട്ടുണ്ട്. മുല കൊടുത്തിട്ടുണ്ട്. പരിപാലിച്ചിട്ടുണ്ട്. അവൾ മണ്ണും ഉയിരു മാണ്. അവൾ ജീവിതം എഴുതുന്നത് ആൾക്കടൽപ്പച്ചയിലാണ്. ഒട്ടും ലളിതമല്ല അവളുടെ പ്രവൃത്തികൾ. പാരമ്പര്യത്തിന്റെ പാറ്റേണുകൾ തകർക്കണം. സദാചാരകല്പനകളെ തിരുത്തണം. കുടുംബം, സ്നേഹം എന്ന പേരിൽ അണിയിച്ച വിലക്കുകളെ പൊട്ടിക്കണം. സാമൂഹികമായ ഒറ്റപ്പെടലുകളിൽനിന്നും കുതറണം. പെണ്ണ് ജീവിതമെഴുതുമ്പോൾ അത് വീറുള്ള സാഹസികതയാകുന്നു. അവളുടെ സാമൂഹ്യവ്യവഹാര ങ്ങളുടെ കർത്തൃത്വം ആത്മഹത്യാപരമായ സന്നദ്ധതയായി മാറുന്നു. കാറും കോളും തിരകളും കൊടുങ്കാറ്റും കൊണ്ട് പ്രക്ഷുബ്ധമായ കടലു കൾ താണ്ടിയാണ് അവൾക്ക് ജീവിതം എഴുതേണ്ടിവരുന്നത്. അവൾ

ജീവിതമെഴുതുമ്പോൾ അത് നുണക്കഥകളാവരുത്. പെണ്മ അപ്രകാരം സ്വയം തോറ്റുപോകരുത്.

സ്ത്രൈണത അതിൽത്തന്നെ പൂർണമാണ്. ആത്മീയ സ്ത്രൈണതയാണ്, സർഗാത്മകത സ്ത്രൈണമാണ്. പുരുഷൻ ലോകത്തെ മിക്കപ്പോഴും അവിശ്വസിക്കാനും സ്ത്രീ വിശ്വസിക്കാനും പഠിപ്പിക്കുന്നു.

അവൾ ലോകത്തെ സ്വർഗ്ഗത്തിൽനിന്നും ഭൂമിയിലേക്ക് പറിച്ചുനട്ട ഹവ്വയാണ്.

ആണിന് കേവലമൊരു ഉടലാവാൻ കഴിയും. പെണ്ണിനൊരിക്കലും കേവലമൊരു ഉടൽ മാത്രമായി ജീവിക്കാൻ സാധ്യമല്ല. അവളിൽ ഓർമ്മകളും സ്വപ്നങ്ങളും വികാരങ്ങളുടെ വേലിയേറ്റങ്ങളും കൂടുതലളവിലുണ്ട്. ദൗർബല്യത്തെ സമം ചേർത്ത് അവളെ തളർത്തിക്കളയുവാൻ ചരിത്രം ശ്രമിച്ചിട്ടും അവൾ അസ്തമിക്കുന്നതേയില്ല. പ്രണയത്തിൽ മാത്രമല്ല ആത്മീയതയിൽ പോലുമുണ്ട് വ്യതിരിക്തമായ സ്ത്രൈണത.

അവൾ ഒരു നൂറ്റാണ്ടോളം മുമ്പ് അറ്റ്ലാന്റിക് സമുദ്രം തനിയെ മുറിച്ചുകടന്ന അമീലിയ ഇയർ ഹാർട്ടാണ്. അവൾ എവറസ്റ്റ് പതിനെട്ടാമതും കീഴടക്കിയ കാലുകളില്ലാത്ത പതിനെട്ടുകാരിയാണ്. അവൾ തനിച്ച് ലോകം മുഴുവൻ തുഴയുന്ന നവോമി ജേംസാണ്. അവൾ നാസികൾ കൊന്നുകളഞ്ഞ മാതാപിതാക്കളെ തേടി കാട്ടിലേയ്ക്ക് തനിയെപോയി ചെന്നായ്ക്കൾക്കൊപ്പം വളർന്ന മിഷാ ഡിഫോൺ സേക്കയെന്ന ആറു വയസ്സുകാരിയാണ്. അവൾ ആകാശത്തുവെച്ച് നിർഭയം കത്തിയെരിഞ്ഞ കൽപ്പനാ ചൗളയാണ്. അവൾ 3500 വർഷം മുമ്പ് ലോകത്തെ ആദ്യ ഭരണാധികാരിയായിരുന്ന ഹാഷ്പുട്ടാണ്. അവൾ ലോകത്തെ കാരുണ്യം കൊണ്ട് പൊതിഞ്ഞുസൂക്ഷിച്ച മദർ തെരേസയാണ്. മദ്ധ്യകാല സാമൂഹികക്രമത്തെ സ്വന്തം ശരീരത്തിന്റെ തീകൊണ്ട് മാറ്റിവരച്ച ജോവാൻ ഓഫ് ആർക്കാണ്. അവൾ ഫാസിസത്തിന് തളർത്തിക്കളയാൻ കഴിയാത്ത ആൻഫ്രാങ്കിന്റെ സ്വപ്നമാണ്. അവൾ താലിബാന്റെ ബാർബേറിയസത്തെ ചെറുത്ത് നോബൽ വരെയെത്തിയ മലാലയാണ്. അവൾ പോരാട്ടത്തിന്റെ ഉടൽമാതൃകയായ ജീവിതദാഹങ്ങൾ തിരസ്കരിച്ച ഇറോം ശർമ്മിളയാണ്. പടിഞ്ഞാറൻ അധിനിവേശത്തിനെതിരായി അമ്മമാരെ ഒരുമിച്ചു നിർത്തി മരങ്ങളെയും പച്ചപ്പിനെയും ആയുധമാക്കി പോരാടിയ കെനിയയിലെ വംഗായി മാതയാണ്. ഒറ്റശ്വാസത്തിൽ എഴുതിവെക്കാവുന്ന എത്രയെങ്കിലും സ്ത്രൈണതയുടെ ധീരമാതൃകകളുണ്ട്.

പെൺശരീരങ്ങൾ ആവിഷ്ക്കരിച്ച ആത്മശക്തിയുടെ അപാരമായ ഭാവനയുടെ വിസ്മയലോകങ്ങളെയാണ് പെൺവിചാരങ്ങൾക്ക് ബലം പകരേണ്ടത്. ■

ലൈംഗികതയെ അശ്ലീലമാക്കുന്ന ആണത്തം

ജീവന്റെ ആദ്യരഹസ്യം ലൈംഗികതയാണ്. മനുഷ്യജീവിതത്തിന്റെ ഏറ്റവും അഗാധമായ സൗന്ദര്യാനന്ദം. അതിനാൽത്തന്നെ ലൈംഗികതയെ നിർവചിച്ച് തീർക്കാൻ പ്രയാസം. ലൈംഗികത പരമമായ ഒരു കലാരൂപമാണ്. പാട്ടുകാർ പാട്ടുതന്നെയാകുന്ന ഒന്ന്. അതിലേക്ക് പാപബോധങ്ങളെ വലിച്ചിഴച്ച് വികൃതമാക്കുകയാണ് 'പരിഷ്കൃത' സമൂഹം ചെയ്തിട്ടുള്ളത്.

ഭോജനവും ഭോഗവും തരുന്ന ആനന്ദവും സംതൃപ്തിയും ജീവന്റെ അസ്തിത്വത്തിനുവേണ്ടിയുള്ള പ്രകൃതിയുടെ കരുതിവയ്പാണ്. അതാകട്ടെ സമസ്ത ജീവജാലങ്ങൾക്കും മാത്രമല്ല, അതുൾക്കൊള്ളുന്ന പ്രപഞ്ചത്തിനുപോലും ജീവസ്രോതസ്സാണ്.

എന്നാൽ മനുഷ്യന്റെ നാൾവഴികളിൽ എവിടെയോവച്ച് ഇര തേടലും ഇണചേരലും ഒരു യുദ്ധചേഷ്ഠയിലെന്നപോലെ ഹിംസാത്മകവും പ്രകൃതിവിരുദ്ധവുമായി. വേട്ടക്കാരനും ഇരയ്ക്കുമിടയിലെ അധികാരാസക്തമായ മുരൾച്ചകളായി ലൈംഗികത കീറിമുറിക്കപ്പെട്ടു, വിരൂപമാക്കപ്പെട്ടു. ആത്മാവിനെ അന്യോന്യം വച്ചുമാറലാണ് ഇണചേരലിൽ നടക്കേണ്ടത്. ലൈംഗികതയെ തള്ളിപ്പറയാൻ തുനിയുന്ന ആരും മനസ്സിലാക്കേണ്ട കാര്യം അവർ സ്വയം മറ്റു ചിലരുടെ ലൈംഗികതയുടെ ഫലമാണ് എന്നതാണ്.

മതം, ശാസ്ത്രം, കല, രാഷ്ട്രീയം, മാധ്യമം, വിദ്യാഭ്യാസം, സാങ്കേതികവിദ്യ, കുടുംബം തുടങ്ങിയ വ്യവഹാരങ്ങളിലെല്ലാം പുരുഷപ്രാമാണികത ആധിപത്യം നേടിയപ്പോൾ ലൈംഗികതയ്ക്ക് വിലങ്ങുകൾ വീണു. കുറ്റങ്ങളും കുറ്റബോധങ്ങളും നിറഞ്ഞു.

ലൈംഗിക ന്യൂനപക്ഷങ്ങളോടുള്ള നീതിനിഷ്ഠമായ സമീപനമാണ് ഒരു നാടിന്റെ ജനാധിപത്യസംസ്കാരത്തിൽ പ്രതിഫലിക്കേണ്ടത്. പെണ്ണിനെയും മണ്ണിനെയും കീഴടക്കുന്ന ആണത്തത്തിന്റെ അധികാരാസക്തി കൊണ്ടാണ് ലൈംഗികത വിരൂപവും അശ്ലീലവുമായി മാറിയത്. ശരീര

കാമനകൾക്കപ്പുറം ഭാവനയോ സ്നേഹമോ നീതിയോ ഇല്ലാത്ത മൂല്യ വിരുദ്ധതയാണ് ആണത്തത്തിന്റെ അലർച്ചകളായി മാറുന്ന ഇന്നത്തെ ലൈംഗികത.

ലൈംഗികതയോടുള്ള ആണത്തത്തിന്റെ വ്യാജബോധങ്ങളെ പൊളിച്ചെഴുതണം. ആരോഗ്യകരമായ പെൺ-ആൺ അനുഭവങ്ങളെ കോശഭരിതമാക്കുന്ന ലൈംഗികത തന്നെയാണ് ആത്മീയതയുടെ അടിസ്ഥാനം. ശരീരശാസ്ത്രത്തിൽ, മനഃശാസ്ത്രത്തിൽ, സാമൂഹ്യ ശാസ്ത്രത്തിൽ, ദൈവശാസ്ത്രത്തിൽ, ഭാഷയിൽ, സാഹിത്യത്തിൽ സമകാലിക അനുഭവങ്ങളിൽ ലൈംഗിക സദാചാരം പരിശോധിക്ക പ്പെടണം. വിചാരണ ചെയ്യപ്പെടണം. ∎

അധികാരത്തിന്റെ അറവുമാടുകൾ

അധികാരത്തിന്റെ ധാർഷ്ട്യം കരുത്തിന്റേതല്ല. ഭീരുത്വത്തിന്റേതാണ്. അധികാരങ്ങളുടെ കിരീടങ്ങളെല്ലാം നീതി നിഷേധിക്കപ്പെട്ടവരുടെ തലയോടുകൾക്കുമേൽ പണിതവയാണ്. അധികാരരൂപങ്ങളോടുള്ള നിരന്തര കലഹങ്ങളും വിയോജനങ്ങളുമാണ് ലോകത്തിലെ ആദർശനിർമ്മിതികളുടെയെല്ലാം ഇന്ധനം.

ഒരു നദി മാത്രം മതിയെന്ന് തീരുമാനിക്കലാണ് അധികാരം. അതിൽ കൈവഴികൾ വന്നുചേരാൻ അധികാരികൾ സമ്മതിക്കില്ല. എല്ലാ ഒഴുക്കുകളെയും അത് തടഞ്ഞുനിർത്തും. കെട്ടിക്കിടന്ന് അശുദ്ധമാകും. ആ നദിയിൽ ആർ കുളിക്കണം, നീന്തണം, യാത്ര ചെയ്യണം, സ്വപ്നം കാണണം എന്ന് അന്യവത്കരിക്കപ്പെട്ട ഒരു കേന്ദ്രമാണ് നിശ്ചയിക്കുക. നദിയുടെ നിലച്ചുപോയ ഒഴുക്ക് അധികാരോന്മാദമാണ് വിളംബരപ്പെടുത്തുന്നത്. അധികാരം പ്രതിരോധിക്കുന്നവരുടെ സ്വപ്നങ്ങളെയാണ് ആദ്യം അരിഞ്ഞുമാറ്റുന്നത്, അപഹസിക്കുന്നത്. ഭരണകൂടം തന്നെ ഇല്ലാതെയാകുന്ന ഒരു കാലമാണ് സ്വാതന്ത്ര്യത്തിന്റെ കാലമെന്ന് കാറൽ മാർക്സ് പറഞ്ഞത് അർത്ഥവത്താണ്. അർദ്ധരാത്രിയിലെ അധികാര കൈമാറ്റത്തിൽ നിന്നും ഗാന്ധി തിരിഞ്ഞുനടന്നതും അങ്ങനെയെന്തോ അധികാര വിമർശനംകൊണ്ടാണ്. ഇസ്രായേലിന്റെ പ്രസിഡണ്ട് പദവി വാഗ്ദാനം ചെയ്തപ്പോൾ ഐൻസ്റ്റൈൻ പറഞ്ഞത് ഇതായിരുന്നു. "എനിക്ക് അധികാരരാഷ്ട്രീയത്തേക്കാൾ താത്പര്യം സത്യത്തിന്റെ ചില സൂത്രവാക്യങ്ങൾ രചിക്കാനാണ്. അധികാരം അസത്യവും അസംബന്ധവുമാണ്. ഞാൻ അതിനെതിരായ സത്യവാക്യങ്ങളിൽ വിശ്വസിക്കുന്നു."

വഴിയരികിലൂടെ കൈകോർത്ത് നടന്ന് നീങ്ങുന്ന ഒരു പുരുഷനെയും സ്ത്രീയെയും തടഞ്ഞുനിർത്തുകയും അവരുടെ കോർത്ത കൈകൾ അഴിക്കുകയും അവരിൽ പുരുഷന്റെ കരണത്ത് അടിക്കുകയും സ്ത്രീയുടെ ശരീരത്തെ അളന്ന് തൂക്കി നോക്കി പുലഭ്യം പറയുകയും

അതിനുശേഷം സ്വന്തം മുണ്ടുകളുടെ മടക്കിക്കുത്തുകൾ ഒന്നുകൂടി ആഞ്ഞ് മാടിക്കെട്ടി, അവരോട് നിങ്ങൾ വിവാഹിതരാണോ എന്ന് ചോദിക്കുകയും പിന്നീട് ആ സ്ത്രീയുടെ ഓരോ ശരീരാവയവത്തിലും മാറി മാറി നോക്കി വിചാരണ ആരംഭിക്കുകയും ചെയ്യുന്ന പുരുഷന്മാരായ ആൾക്കൂട്ടത്തിലെ ഓരോ വ്യക്തിയിലും പ്രവർത്തിക്കുന്നത് സ്വയം തെരഞ്ഞെടുത്ത് അധികാരത്തിലെത്തിയ ഒരു വ്യക്തിഭരണകൂടവും അതിലെ രതിയിൽ അധിഷ്ഠിതമായ പൊലീസുമാണ്. അതുകൊണ്ട്, അധികാരത്തെക്കുറിച്ചുള്ള ഏത് ചർച്ചയും നാം ഭരണകൂടത്തിൽ നിന്നല്ല, നമ്മിൽ തന്നെയുള്ള അധികാരസ്വരൂപമായ വ്യക്തിയിൽനിന്നാണ് ആരംഭിക്കേണ്ടത്.

ജനാധിപത്യത്തിലായാലും ഫാസിസ്റ്റ് ഭരണത്തിലായാലും ഫാസിസ്റ്റ് സ്വഭാവമുള്ള ജനാധിപത്യമറയിലായാലും അധികാരം വ്യക്തിജീവിതത്തെയും വ്യക്തിസ്വാതന്ത്ര്യത്തെയും സമൂഹജീവിതത്തെയും സാമൂഹ്യനീതികളെയും വരിഞ്ഞുമുറുക്കുമ്പോൾ ജനം പ്രതികരിക്കുക പ്രതിഷേധത്തിലൂടെയും പ്രക്ഷോഭത്തിലൂടെയുമാണ്. പക്ഷേ, ജനത്തിന് പ്രതിഷേധിക്കാൻ രണ്ടോ മൂന്നോ കക്ഷിരാഷ്ട്രീയനേതാക്കളുടെയും അണികളുടെയും കൂടെ നിന്നാൽ മാത്രമേ കഴിയൂ എന്നുവന്നാൽ ആ പ്രതിഷേധത്തിന്റെയും പ്രക്ഷോഭത്തിന്റെയും ഫലം മറ്റൊരു അധികാര ഭരണകൂടം സ്ഥാപിക്കപ്പെടുക എന്ന പ്രക്രിയയിലേക്ക് മാത്രമേ നയിക്കൂ എന്ന് ഇക്കാലത്തെ ഏത് പൗരനും അറിയാം. അതുകൊണ്ട്, ആര് അധികാരത്തിൽ വന്നാലും ഭരിച്ചാലും സാധാരണ ജനത്തിനെന്ത് ഗുണം എന്ന് ചോദിക്കാൻ അവർ ആഗ്രഹിക്കുന്നുണ്ടെങ്കിലും അങ്ങനെ ചോദിക്കുന്നത് ഒരു അരാഷ്ട്രീയവാദിയുടെ ചോദ്യമാണെന്ന് പറഞ്ഞ് പരിഹസിക്കപ്പെടുമോ എന്ന് അവർ ഭയക്കുന്നുണ്ടാകണം. അതുകൊണ്ട് അധികാരവും അധികാരസ്ഥാപനങ്ങളും ചേർന്ന് നമ്മുടെ പ്രകൃതിയെയും പരിസ്ഥിതിയെയും മണ്ണിനെയും ജീവജലത്തെയും മനുഷ്യാവകാശങ്ങളെയും ചൂഷണം ചെയ്ത് കോർപ്പറേറ്റുകൾക്കൊപ്പം കോടികൾ സമ്പാദിക്കുമ്പോൾ, പ്രകൃതിക്കും പരിസ്ഥിതിക്കും മനുഷ്യാവകാശങ്ങൾക്കുമൊപ്പം നിൽക്കുന്ന ജനകീയ മുന്നേറ്റങ്ങളെയാണ് ഏത് ജനാധിപത്യ സമൂഹത്തിലെയും നീതിബോധമുള്ള പൗരന്മാർ പ്രതീക്ഷിക്കുക.

പക്ഷേ, തുടർച്ചയായുള്ള പരാജയങ്ങൾ, അത്തരത്തിൽ ജനകീയ മുന്നേറ്റങ്ങൾ ഉണ്ടായാലും ഫലവത്താവില്ലെന്ന തരത്തിലുള്ള നിരാശയിലേക്ക് നമ്മളിൽ ഭൂരിപക്ഷത്തെയും തള്ളിവിടുന്നില്ലേ. അത്തരമൊരു പതനത്തിൽനിന്ന് അവർ എണീക്കുന്നത്, സ്വയം അധികാര സ്വരൂപമാവുക എന്ന അങ്ങേയറ്റം ഭീഷണമായ യാഥാർത്ഥ്യത്തോടെയല്ലേ. അതുകൊണ്ടല്ലേ, പൗരന്മാരിൽ പലരും അധികാരകേന്ദ്രങ്ങളുടെ ബലതന്ത്രങ്ങളോട് സമരസപ്പെടുന്ന രീതിയിൽ സ്വയം അധികാരകേന്ദ്രങ്ങളാകുന്നത്.

വി.ജി. തമ്പി

വീട്ടിൽ, ഭാര്യയുടെ മേലുള്ള അധികാരകേന്ദ്രമായി പുരുഷനും കുട്ടികളുടെ മേലുള്ള ക്രൂരാധികാരകേന്ദ്രങ്ങളായി മക്കളും മാറുന്ന ലോകക്രമം. ഓടുന്ന ബസ്സിലെ കണ്ടക്ടറും ഡ്രൈവറും ക്ലീനറും സ്വയം ആ ബസ്സിനെ ഒരു രാഷ്ട്രമായി കാണുകയും ഈദി അമീനെപ്പോലെയുള്ള അധികാരികളാണ് തങ്ങൾ എന്ന് അബോധത്തിൽ വിശ്വസിക്കുകയും ചെയ്യുന്നതിലെ അധികാര രതിയുടെ എൻസൈമുകളാവില്ലേ, ഡൽഹിയിലെ ആ ബസ്സിലെ യാത്രക്കാരിയെ കൂട്ടബലാത്സംഗം ചെയ്ത് പൈശാചികമായി കൊന്നുതള്ളാൻ പ്രേരിപ്പിച്ചത്. ഓഫീസിൽ, തൊഴിലിടങ്ങളിൽ, കമ്പോളങ്ങളിൽ, തെരുവുകളിൽ, മതങ്ങളിൽ, ക്ഷേത്രങ്ങളിൽ, പള്ളികളിൽ, മാധ്യമസ്ഥാപനങ്ങളിൽ, സാധ്യമായ എല്ലാ ചെറുസ്ഥലങ്ങളിലും വ്യക്തികൾ സ്വയം അധികാരകേന്ദ്രമായി മാറി ഭരണകൂട അനീതികൾക്ക് തുല്യം ചാർത്തുന്നു. അധികാരം സമൂഹത്തിന്റെ ആന്തരികബോധത്തിൽ ഉറച്ചുപോയിരിക്കുന്നു. സ്ത്രീകളെയും അവർണരെയും ദുർബലവിഭാഗങ്ങളെയും ന്യൂനപക്ഷങ്ങളെയും ശത്രുപക്ഷത്തു നിർത്തിക്കൊണ്ടാണ് അധികാരത്തിന്റെ ജനാധിപത്യ ഹിംസ. സാമൂഹ്യാധികാരഘടനയിൽ മതം, രാഷ്ട്രീയം, കല, ഭാഷ, ലൈംഗികത എന്നിവയൊക്കെ അധിനിവേശം നടത്തുന്നതിനെ തുറന്നുകാണിക്കാൻ കഴിയണം. ഫാസിസ്റ്റ് മതതീവ്രവാദ രാഷ്ട്രീയമാണ് അധികാരത്തിന്റെ ഏറ്റവും നീചമായ സമകാലിക മുഖം. അധികാരത്തിന് ജനാധിപത്യ ഭാവനയെ പരിപാലിക്കുവാൻ പ്രയാസമുണ്ടാകും എന്നതാണ് ഏറ്റവും വലിയ തിരിച്ചറിവുകളിലൊന്ന്.

അധികാരകേന്ദ്രമാവാൻ സ്വന്തമായി വീടുകളോ, ബന്ധുബലങ്ങളോ, ആസ്തികളോ ഇല്ലാത്ത കോടിക്കണക്കിന് പാർശ്വവൽക്കരിക്കപ്പെട്ട നിസ്വ പൗരന്മാരാണ് എക്കാലത്തും അധികാരത്തിന്റെ അറവുമാടുകൾ. ∎

ഭയം ആകാശങ്ങളെ അപഹരിക്കുന്നു

എഴുതാനോ സംസാരിക്കാനോ വരയ്ക്കാനോ പാടാനോ ശിൽപ്പവും സിനിമയും നിർമ്മിക്കാനോ ഭക്ഷണം കഴിക്കാനോ പ്രണയിക്കാനോ ഒരുങ്ങുംമുമ്പ് ഫാസിസ്റ്റുകൾ അടുത്തെങ്ങാനുമുണ്ടോ എന്ന് ഭയപ്പെടേണ്ട ഇന്ത്യൻനാളുകളെക്കുറിച്ച് ഇന്നേറെ നാം ചർച്ച ചെയ്യുന്നുണ്ട്. ജനങ്ങളിൽ എത്രത്തോളം ഭയത്തിന്റെ പരലുകൾ പെരുക്കുന്നുവെന്ന് നിരന്തരം ഭരണാധികാരികൾ പരീക്ഷിച്ചുകൊണ്ടിരിക്കുന്നു. വിമതശബ്ദങ്ങളെ ഭയത്തിന്റെ കറുത്ത കടലിൽ മുക്കിത്താഴ്ത്തുന്നു.

മനുഷ്യന്റെ ഭയത്തിന് പ്രപഞ്ചോൽപ്പത്തിയോളം പഴക്കമുണ്ട്. ഏറ്റവും പുരാതനമായ വികാരം കൂടിയാണത്. വിലക്കുകൾക്കും പാപങ്ങൾക്കും ഹിംസകൾക്കും തുടക്കമിട്ട വികാരം. ഭയത്തിൽനിന്ന് മതങ്ങൾ രൂപപ്പെട്ടുവെന്നും ഭയത്തിൽനിന്നുള്ള സ്വാതന്ത്ര്യമാണ് മതമെന്നും കൂട്ടിമുട്ടാത്ത രണ്ട് പ്രബലവാദങ്ങളുണ്ടല്ലോ. സ്വകാര്യ ശരീരത്തിലും രാഷ്ട്രശരീരത്തിലും മതശരീരത്തിലും ഭയത്തിന്റെ ഹിംസാമുദ്രകൾ ആഴപ്പെട്ടുകിടക്കുന്നു. മനുഷ്യൻ പരസ്പരം നോക്കുകയല്ല, ഭയപ്പെടുത്തി തുറിച്ചുനോക്കുകയാണെന്ന് സാർത്ര്.

ഭയത്തിന്റെ പിതാമഹനാണ് ഭീഷ്മർ. ഭയം എന്ന ശബ്ദത്തിൽ നിന്നാണ് ഭീഷ്മശബ്ദം വന്നത്. ഭയത്തിന്റെ ശരശയ്യയിൽ കിടന്നുകൊണ്ട് മഹാഭാരതമാകെ വിറപ്പിച്ചത് ഭീഷ്മരായിരുന്നല്ലോ.

അധികാരത്തിന്റെ ധാർഷ്ട്യം കരുത്തിന്റേതാണെന്ന് നാം തെറ്റിദ്ധരിക്കുകയാണ്. ഭീരുത്വമാണ് അധികാരത്തിന്റെ കിരീടങ്ങൾ പണിയുന്നത്. ഇരയേയും വേട്ടക്കാരനേയും ഒരേ തുലാസിൽ തൂക്കിനോക്കൂ. അവരിൽ ഭയമേറിയത് വേട്ടക്കാരനിലായിരിക്കും. അരക്ഷിതബോധത്തിൽനിന്നാണ് അധികാരി ക്രൂരനാകുന്നതും വേട്ടയ്ക്കൊരുങ്ങുന്നതും. ഇരയും തന്റെ നിസ്സഹായതയിലുള്ള ഭയത്താൽ വേട്ടക്കാരന്റെ കുപ്പായം തുന്നുന്നുണ്ട്.

നമ്മൾ ഭയപ്പെടുന്നതാണ് ഭാവിയിൽ നമ്മെ തേടിയെത്തുന്നത്. ഭയം ഓരോ മനുഷ്യന്റെയും ആകാശങ്ങളെയാണ് അപഹരിക്കുന്നത്.

ഭയത്തെ നേരിട്ട രീതികൾ ചിലപ്പോഴെങ്കിലും സർഗ്ഗാത്മകമാകാറുണ്ട്. ഉയരങ്ങൾ ഭയപ്പെടുത്തിയ കുട്ടിക്കാലത്തെക്കുറിച്ച് ലോകത്തിലെ ഏറ്റവും മികച്ച പർവ്വതാരോഹകനായ മെസ്നർ പറയുന്നതിങ്ങനെ- സ്വന്തം ഭയത്തെ ജയിക്കാൻ വേണ്ടിയാണ് പർവ്വതങ്ങളായ പർവ്വതങ്ങളെല്ലാം ചവുട്ടിക്കിയറിയത്. മരണഭയത്തെ അസീസിയിലെ ഫ്രാൻസീസ് നേരിട്ടത് മരണത്തെ സഹോദരിയായി സ്നേഹിച്ചുകൊണ്ടായിരുന്നു. വാർദ്ധക്യവും രോഗവും മരണവും തെരുവിൽ കണ്ട് തനിക്കും ഇതൊക്കെ സംഭവിക്കുമല്ലോ എന്ന ഭയത്തിൽനിന്നാണ് സിദ്ധാർത്ഥൻ ബുദ്ധനിലേക്ക് യാത്രചെയ്തത്.

ഭയത്തിന്റെ പണിയായുധങ്ങൾ രാകിമിനുക്കുകയാണ് ലോകമെങ്ങും. അധികാരകേന്ദ്രങ്ങൾ മാത്രമല്ല, ശാന്തി പുലരേണ്ട ദേവാലയത്തിലും വിദ്യാലയത്തിലും ഭയം ഭ്രാന്തുപോലെ വളരുകയാണ്.

ഒരുപിടി മണ്ണിൽ ഭയമെന്തെന്ന് ഞാൻ നിനക്കു കാണിച്ചുതരാം എന്ന് ടി.എസ്. എലിയറ്റ്. കനംകുറഞ്ഞ മഞ്ഞുപാളിക്കുമേൽ തെന്നിനീങ്ങുമ്പോൾ നിങ്ങളെ സുരക്ഷിതരാക്കുന്നത് നിങ്ങളുടെ ഭയമാണെന്ന് എമേഴ്സൺ. അവനവന്റെ സത്ത അപരനിലും തിരിച്ചറിയുന്നവൾക്ക് ഭയത്തെ കീഴ്പ്പെടുത്താനാവുമെന്ന് ഉപനിഷത്ത്.

ഭയത്തിനും പ്രത്യാശയ്ക്കുമിടയിലെ തിരഞ്ഞെടുപ്പാണ് മനുഷ്യവ്യക്തിയുടെ സ്വാതന്ത്ര്യം.

■

ജൈവമനുഷ്യന്റെ പിറവി

പ്രശ്നങ്ങളെല്ലാം ഗർഭത്തിൽ മാത്രം.

പ്രസവം കഴിഞ്ഞാൽ പുലരുന്നതെന്തോ?

അയ്യപ്പപ്പണിക്കർ ഒരു കവിതയിലൂടെ ചോദിച്ചു. ഒരുപക്ഷേ കവിത തന്നെയാകും പിറവിയെ നിർവചിക്കാനും പ്രവചിക്കാനും ഏറ്റവും നല്ല മാധ്യമം. ഇതുവരെയും ആവിഷ്കരിക്കാനാവാത്തത്, കാണാത്തത്, കേൾക്കാത്തത്, അനുഭവിപ്പിക്കാനുള്ള, ഒരു പുതിയ ലോകക്രമത്തെ മായ്ച്ചുവരയ്ക്കാനുള്ള ഭാഷയുടെയും ഭാവനയുടെയും ധീരതയാണല്ലോ കവിത. സൃഷ്ടിച്ചുകൊണ്ടു മാത്രമേ മരണത്തെ അതിജീവിക്കാൻ കഴിയുകയുള്ളൂ.

വിത്തുകൾ പൊട്ടുമ്പോൾ, പൂക്കൾ വിടരുമ്പോൾ, നക്ഷത്രങ്ങൾ അടരുമ്പോൾ, ഒരു കുഞ്ഞ് ഗർഭപാത്രം തുറന്നു പുറത്തുവരുമ്പോൾ പഴയ ലോകം മാറുകയാണ്. പുതിയ ആകാശം വിരിയുകയാണ്. അതിരുകളില്ലാതെ പ്രതീക്ഷിക്കുവാൻ, അദ്ഭുതങ്ങളെ കൊണ്ടുവരുവാൻ പാകത്തിൽ മണ്ണിനെയും വിണ്ണിനെയും സ്വപ്നനിർഭരമാക്കുന്ന ഒരു പുതുജീവിതം രചിക്കപ്പെടുകയാണ്. അതിനായുള്ള ഈറ്റുനോവുകളാണ് ചരിത്രത്തെ സുന്ദരവും സ്വതന്ത്രവുമായ സാധ്യതയായി നിലനിർത്തുന്നത്.

മനുഷ്യരാശിക്ക് ഒരു പുതിയ തലമുറ പിറന്നുവീണിരിക്കുന്നു. ജീവന്റെ പുതിയ തുടിപ്പുകൾക്കായി മനുഷ്യരും ഇടയ്ക്കിടെ മാറിക്കൊണ്ടിരിക്കണം. പഴയ മനുഷ്യനെ ഉരിഞ്ഞുമാറ്റണം. കുഞ്ഞുങ്ങളുടെ വിസ്മയം നിറഞ്ഞ ഹൃദയങ്ങളിലേക്ക് വീണ്ടും പിറക്കണം. പിറവിക്ക് ഒരു പിളർച്ചയും വിടർച്ചയുമുണ്ട്. മരണവും ഉയിർപ്പുമുണ്ട്. പിളരുന്ന വിത്തുകളുടെ ജൈവവേദനയിൽനിന്നേ മിന്നുന്ന ജീവിതത്തെ വീണ്ടെടുക്കുവാൻ കഴിയുകയുള്ളൂ. എന്താണ് പുതിയ ജീവിതം? പുതിയ പിറവി? യുക്തിക്കും ബുദ്ധിക്കും തർക്കത്തിനും പ്രത്യയശാസ്ത്രങ്ങൾക്കും ചേരിതിരിവുകൾക്കും യുദ്ധങ്ങൾക്കും മനസ്സിലാവാത്തൊരു ജീവിതമാണത്.

300 ബില്യൻ വർഷങ്ങൾക്കു മുമ്പ് ഭൂമിയിൽ ഇരവുപകലുകൾ വേർതിരിയാതിരുന്ന കാലത്ത്, സമുദ്രങ്ങൾ കരകളെ പ്രസവിക്കാതിരുന്ന കാലത്ത്, വെള്ളവും മിഥേനും അമോണിയയും ഹൈഡ്രജനും നിറഞ്ഞ അന്തരീക്ഷത്തിൽ പൊടുന്നനെ വന്നുവീണ ആദിയിലെ ദുരൂഹ വിസ്ഫോടനം സമ്മാനിച്ച പ്രപഞ്ചത്തിലെ ജീവന്റെ ആദ്യപിറവിക്ക്, ആദ്യമായൊരു കുഞ്ഞിന്റെ അമ്മയായ അമ്മയ്ക്ക്, അച്ഛനായ അച്ഛന്, ശാസ്ത്രത്തിലെ പിറവികൾക്ക്, കലയിലെ മഹാസൗന്ദര്യപ്പിറപ്പുകൾക്ക്, ഇന്നുകൾക്ക് തുടക്കം സമ്മാനിച്ച ഇന്നലെകളുടെ പിറവികളെ നമസ്കരിക്കണം.

ഒരിക്കൽ സമൂഹത്തിലാരംഭിച്ച നവോത്ഥാന മുന്നേറ്റങ്ങളാണ് മനുഷ്യന്റെ ശ്രദ്ധയെ സ്വർഗ്ഗത്തിൽനിന്നും പറിച്ച് ഭൂമിയിൽ നട്ടത്. പാരമ്പര്യമനുഷ്യന്റെ വേരുകളറുത്ത് ആധുനികനാക്കി മാറ്റിയത്. ആകാശം തുളച്ച് മുന്നേറിയ ആധുനിക മനുഷ്യന് ഒരു ജൈവലോകമാണ് നിഷേധിക്കപ്പെട്ടത്. വേരുകളിലുറച്ച ഉറവുകളിൽ ആഴപ്പെടുന്ന ഒരു ജൈവമനുഷ്യന്റെ പിറവിയാണ് പുതിയ കാലം ആവശ്യപ്പെടുന്നത്. ഇരുധ്രുവലോകം അപ്രസക്തമാകുകയും ഏകധ്രുവലോകം യാഥാർത്ഥ്യമാവുകയും ചെയ്തു എന്ന കാഴ്ചപ്പാടിൽ ചരിത്രം അവസാനിച്ചുവെന്നും ഭാവനയ്ക്ക് അന്ത്യമായെന്നും പ്രവചിക്കപ്പെട്ടു. എന്നാൽ പുതിയ നൂറ്റാണ്ട് സാർവത്രിക മാനവികതയെ, ഒരു ജൈവമനുഷ്യനെ പ്രത്യയശാസ്ത്രശാഠ്യങ്ങൾക്കപ്പുറത്തുനിന്നും കണ്ടെത്തുന്നു എന്നതാണ് ഏറ്റവും പ്രത്യാശാഭരിതമായ ലോകയാഥാർത്ഥ്യം. പ്രത്യാശ നിറഞ്ഞ ഭാവിമാതൃകയാകുമത്. അതിരുകളില്ലാത്ത വേൾഡ്വൈഡ് വെബ്ബിലൂടെ വിശാലവിനിമയത്തിന്റെ പുതിയ മനുഷ്യരാശി പിറന്നുകഴിഞ്ഞിരിക്കുന്നു. ■

യതിയാത്രകൾ

1999 മെയ് 14-നാണ് നിത്യചൈതന്യയതി സമാധിയായത്. യതി യിലേക്ക് അനുരാഗപൂർവ്വം യാത്രചെയ്യുമ്പോൾ ചിത്രത്തിൽ തെളിയുന്നത് ഏകമാനമായ യതിയാവാം. എന്നാൽ അടുത്ത നിമിഷത്തിൽ യതിയെ ക്കുറിച്ചുള്ള കാഴ്ചകൾക്കും കേൾവികൾക്കും സഹസ്രമാനങ്ങളുണ്ടാ വുന്നു. യതിയിലേക്ക് തുറന്നിട്ട വാതിലുകളേക്കാളുമുണ്ടായിരുന്നു, യതി യിൽനിന്നും തുറന്നിട്ട വാതിലുകൾ. എന്തിന്, അദ്ദേഹത്തിന്റെ ലോക വീടിന് ചുമരുകൾപോലുമുണ്ടായിരുന്നില്ലല്ലോ. ആത്മഹത്യാമുനമ്പു കളിൽനിന്ന് യതി തിരികെ ജീവിതത്തിലേക്ക് കൂട്ടിക്കൊണ്ടുവന്നവർ എത്രയോ പേരുണ്ട്. യതിയുടെ അനുരാഗരഹസ്യങ്ങളെക്കുറിച്ച് മൗന ങ്ങളെക്കുറിച്ച് അഗാധമായ ധ്യാനസാന്ദ്രനിമിഷങ്ങളെക്കുറിച്ച്, വാശികൾ യതിസാന്നിധ്യത്തിൽ ഇല പൊഴിച്ച് സ്വയമൊരു ചെറുമരമായി പടർന്ന തിനെക്കുറിച്ച്, ഏതൊരു സന്ന്യാസിയിൽനിന്നും വേറിട്ടു നിർത്തിയ ഹിതാ നുരാഗിത്വത്തെക്കുറിച്ച് ഹൃദ്യമായ ആത്മാനുയാത്രകളെക്കുറിച്ച്, എല്ല് കോച്ചുന്ന തണുപ്പിൽ ജ്ഞാനത്തിന്റെ ചൂടുനീരുറവയുണ്ടായതിനെ ക്കുറിച്ച്, ആകാശംപോലെ പടർന്നുനിൽക്കുന്ന മതസങ്കല്പത്തെക്കുറിച്ച്... കവിതകളും ചിത്രങ്ങളും സംഗീതവും... യാത്രകളും അന്തമില്ലാത്ത നർമ്മ ങ്ങളും വേദനകളും ഉന്മാദവും കരകവിഞ്ഞൊഴുകുന്ന അനുഭവപ്രവാഹ ങ്ങൾ. എല്ലായ്പോഴും യതിയെക്കുറിച്ചുള്ള ഓർമകളിൽ നിറഞ്ഞൊ ഴുകുന്നു. എന്നിട്ടോ യതിയെക്കുറിച്ചൊന്നും പറഞ്ഞില്ലല്ലോ എന്ന അസ്വസ്ഥ മൗനം ഓരോരുത്തരിലും ബാക്കിയാവുന്നു. അതേ, പറഞ്ഞു തീരായ്കയുമായിരുന്നു യതി.

നിത്യയെക്കുറിച്ചുള്ള ഓർമ്മകളൊന്നും തുരുമ്പിക്കുന്നില്ല. ആവർത്തി ക്കുന്നില്ല. പ്രകൃതിയുടെ സഹജഭാവമായ നിത്യനൂതനത്വമാണ് എല്ലാ വരിലും തെളിഞ്ഞുനിൽക്കുന്നത്. പഴമയുടെ തടവറയിൽനിന്നും വിളിച്ചെഴുന്നേൽപ്പിക്കുന്ന ഒരു സൂര്യോദയം യതിയുടെ കണ്ണുകളിൽ കണ്ടു.

പ്രായഭേദമില്ലാതെ എല്ലാവരേയും യതി പ്രണയിച്ചു. അനുരാഗികളെ കൂടുതൽ അനുരാഗികളാക്കി. നിരാശരിൽ ആശകൾ തളിർപ്പിച്ചു. ഭാവനയെ പുതുക്കി. സഖിയായും കാമുകനായും അമ്മയായും അച്ഛനായും ചിലപ്പോൾ മാത്രം ഗുരുവായും സ്വകാര്യരക്തം തളിച്ച വാക്കുകൾ കൊണ്ട് യതി തളിരണിയിച്ച ജീവിതങ്ങൾ ഏറെയുണ്ട്. സ്വയം പ്രകാശിച്ചും മറ്റുള്ളവരെ പ്രകാശിപ്പിച്ചും കിരണബദ്ധമായ ആകാശഗംഗയായിരുന്നു നിത്യയ്ക്ക് ചുറ്റുമുണ്ടായിരുന്ന സൗഹൃദവലയം. മലയാളത്തിൽ നഷ്ടപ്പെട്ടുപോയ അപൂർവ്വസൗന്ദര്യമുള്ള അത്തരം ഗുരുശിഷ്യ സ്നേഹ സംവാദങ്ങളെ വീണ്ടെടുക്കാനുള്ള ഒരോർമ്മപ്പെടുത്തൽ യതിസ്മരണകളെ ഒരു സ്നാനകർമ്മമായി ശുദ്ധീകരിക്കുന്നു. യതിക്ക് മതം എന്തെങ്കിലും ഉണ്ടായിരുന്നുവെങ്കിൽ അത് സൗന്ദര്യമാണ്. സൗന്ദര്യത്തെ ഇത്രമേൽ അഗാധമായി ആരാധിച്ച മറ്റൊരു സന്ന്യാസിയെ മലയാളിക്ക് പരിചയമുണ്ടാകാൻ ഇടയില്ല. തൊടുന്ന ഓരോ കല്ലിനേയും വജ്രമാക്കുന്ന മാന്ത്രികത നിത്യയ്ക്കൊപ്പമുണ്ട്. വലിയ ആൾക്കൂട്ടങ്ങളിലല്ല, ചെറു ഹൃദയങ്ങൾക്കുള്ളിലാണ് നിത്യവാസമുറപ്പിച്ചത്.

ലോകം വിശാലമാകേണ്ടത്. നമുക്കുള്ളിലെ ലോകത്തെ വികസ്വരമാക്കിക്കൊണ്ടാണെന്ന് യതി തെളിയിച്ചു. എല്ലാറ്റിനേയും വാക്കുകൾ കൊണ്ട് ശുഷ്ക്കമാക്കുന്ന പതിവ് യതിക്കില്ലായിരുന്നു. ഗംഭീര നിശ്ശബ്ദതകൾ യതിക്കു ചുറ്റും ഗഹനമേഘങ്ങളായി നൃത്തം ചെയ്തുകൊണ്ടിരുന്നു. ഗർഭപാത്രത്തിൽ നിന്നുമാരംഭിക്കുന്ന നിത്യന്റെ ഓർമ്മകൾ- വാർദ്ധക്യകാലത്തും കൗതുകങ്ങളുടെ നീണ്ട ശൈശവമാണ് അദ്ദേഹത്തിനു നൽകിയത്. പ്രത്യാശയുടെ പൂമുഖം പോലുള്ള യതിയുടെ വാർദ്ധക്യകാലം സ്വയം ഒരു കലാസൃഷ്ടിയായി രൂപാന്തരപ്പെട്ടു. വാർദ്ധക്യത്തിലും നിത്യയൗവ്വനം. സ്വപ്നങ്ങൾകൊണ്ട് ചുവന്നുതുടുത്ത ലാവണ്യശില്പം. ഒരാൾ സ്വപ്നം കാണൽ നിർത്തുമ്പോഴാണ് അയാൾ വൃദ്ധനാകുന്നത്.

ഓരോരുത്തരിലേക്കും ദൂരദർശിനിയും സൂക്ഷ്മദർശിനിയും നിത്യനെപ്പോഴും തിരിച്ചുവെച്ചു. കിഴക്കും പടിഞ്ഞാറും ഒരേ ദിക്കിൽ സന്ധിക്കണമെന്ന് ഗുരു ആഗ്രഹിച്ചു. ഈസ്റ്റ്-വെസ്റ്റ് യൂണിവേഴ്സിറ്റി അത്തരമൊരു സർഗ്ഗാത്മക പരീക്ഷണമായിരുന്നു. നിത്യ ഒരു ജനതയുടെ ആന്തരികോർജ്ജത്തിന്റെ പേരായിരുന്നുവോ എന്ന് വരാനിരിക്കുന്ന തലമുറകൾ അതിശയിച്ചേക്കാം. ലോകമിനിയും നിത്യയിലേക്കുള്ള യാത്ര തുടങ്ങിയിട്ടേയുള്ളൂ. ഒരാളെക്കുറിച്ചുള്ള ലോകത്തിന്റെ ഓർമ്മകളാണ് അയാളുടെ സ്മാരകം.

പാദരക്ഷയില്ലാതെ

പണമിങ്ങനെ പറക്കുകയല്ല, മണ്ണിലുറയ്ക്കുകയാണ് വേണ്ടത്. മണ്ണിൽ നിന്ന് എടുത്തതത്രയും മണ്ണിന് തിരിച്ചുനൽകണം. തീർച്ചയായും വേഗത കുറച്ചും വെറുതെ ഇരുന്നും ജീവിതത്തിനൊരു സാബത്ത് ആഘോഷ വേളയുണ്ട്. ആർത്തി അകറ്റാനും ആവശ്യത്തിൽ ആനന്ദിക്കാനും കഴിയുന്നതാണല്ലൊ ആത്മവിവേകം. വിശ്രമവും സാവധാനതയും ജീവിതയാത്ര ഊർജ്ജസ്വലമാക്കും. അർത്ഥപൂർണമാക്കും. സൗന്ദര്യം നിറയ്ക്കും.

സർഗ്ഗാത്മകതയ്ക്കു പിന്നിലൊരു ധ്യാനമുണ്ട്. നിശ്ശബ്ദതയുണ്ട്. ഒമ്പത് മാസം നിശ്ശബ്ദമായിരുന്നിട്ടാണ് രാപ്പാടികൾ പാട്ടുകൾ തുടങ്ങുന്നതത്രേ. മഹാതുറവികൾ കിട്ടണമെങ്കിൽ മനസ്സിലൊരു വെറുതെ ഇരുപ്പ് വേണം. മഹാത്മജി തെരുവിലൊരു സമരത്തിനിറങ്ങും മുമ്പ് ഒരാഴ്ചയെങ്കിലും ആശ്രമത്തിൽ വെറുതെ ഇരിക്കും.. ധ്യാനത്തിൽ നിന്നാരംഭിക്കാത്ത ഏതു പ്രവൃത്തിയും ഒരു കോലാഹലം മാത്രം. തിരക്കുപിടിക്കാതെ ബഹളം വെയ്ക്കാതെ ശാന്തതയെ ആഴത്തിൽ പുണരണം. ജീവിതം എപ്പോഴും കർമ്മനിരതമാകണമെന്നാരാണ് പ്രബോധിപ്പിക്കുന്നത്? വെറുതെ ഇരിക്കാനും വെറുതെ കരയാനും വെറുതെ സ്വപ്നം കാണാനും കൂടിയുള്ളതാണ് ജീവിതം. ആ വെറുതെ ഇരിപ്പിൽ നിന്നാണ്, ആ കാത്തിരിപ്പിൽ നിന്നാണ് വിത്ത് മുളയ്ക്കുന്നത്, പ്രണയം പൂക്കുന്നത്. കവിത ഉണ്ടാകുന്നത്. യാത്ര തുടങ്ങുന്നത്. ജീവിതത്തെ കഴുകി വെടിപ്പാക്കുന്നത്.

നടത്തത്തെക്കുറിച്ചുള്ള ധ്യാനചിന്ത ബോബിജോസ് കപ്പുച്ചിന്റെ ആത്മീയസൗന്ദര്യമുള്ള വാക്കുകളിൽനിന്നാണ് ഞാൻ പഠിച്ചത്.

അന്തമറ്റ തിരക്കുകളുടെയും വ്യഗ്രതകളുടെയും അമിതവേഗങ്ങളുടെയും ഉള്ളിലാണ് നമ്മുടെ ജീവിതം. ഓവർടേക്കുകൾ ചെയ്യാത്ത വാഹനയാത്ര നമുക്കുണ്ടോ?

ഒരാൾ അയാളുടെ യാത്രകളിൽ സൂക്ഷിക്കേണ്ട ജാഗ്രതയും കരുതലും ശ്രദ്ധയും പരസ്പരസ്നേഹവും ആണ് യാത്രയുടെ ആത്മീയ

വി.ജി. തമ്പി

ശുദ്ധി. അത്തരം യാത്രകൾ അയാളുടെ ആന്തരികശൂന്യതകളെ പൂരിപ്പിക്കും. അയാൾക്കുള്ളിലെ അദ്ഭുതങ്ങളെ വിടർത്തും. പ്രേയസി മാരകരോഗത്തിലാണെന്നറിഞ്ഞിട്ടും വിദൂരത്തായിരുന്ന അയാൾ നൂറി ലധികം കിലോമീറ്ററുകൾ നടന്നുനടന്നാണ് അവളുടെ രോഗശയ്യയ്ക്കരികി ലെത്തിയത്. ആ ദീർഘനടത്തം അയാൾക്കും അവൾക്കും രോഗശാന്തി യായി.

ആന്തരികതയുമായുള്ള ഒരു മനുഷ്യന്റെ അർത്ഥവത്തായ അനു രഞ്ജനമായിരിക്കണം അയാളുടെ യാത്രകൾ. അയാൾ കാശിയിലേക്കോ ഹിമാലയത്തിലേക്കോ ജെറുസലേമിലേക്കോ തീർത്ഥാടനം ചെയ്യേണ്ട തില്ല. അയാളുടെ പ്രണയത്തിലേക്കും വേദനയിലേക്കും കരുണ യിലേക്കും നടന്നുതുടങ്ങിയാൽ മതി. ലോകം മുഴുവൻ ചുറ്റിക്കറങ്ങാതെ സ്വന്തം ഹൃദയത്തിലേക്ക് ഒരിഞ്ച് നടക്കുവാനാണ് റിൽക്കേ കവികളോട് പറഞ്ഞത്.

നടക്കുന്നെങ്കിൽ ഉള്ളിൽ നിറയെ പാട്ടുകളും നൃത്തങ്ങളുമായി ഒരാൾക്ക് നടക്കാൻ കഴിയുമോ? നടക്കാൻ തീരുമാനിച്ചാൽ അസാധ്യ മായ വഴികൾ തിരഞ്ഞെടുക്കണം. ഒരിക്കലും എത്താൻ കഴിയാത്ത സ്ഥലത്തെ തിരഞ്ഞെടുക്കണം എന്ന് കസാൻദ്സാക്കിസ്. ജയിച്ച ഇടങ്ങൾ വിട്ട് തോറ്റിടത്തേക്കാണ് അയാൾ നടക്കേണ്ടത്.

അന്തസ്സോടെ നിവർന്നു നിൽക്കണം. നെഞ്ച് വിരിച്ച് കൈകൾ നിവർത്തി ആത്മവിശ്വാസം പാദങ്ങളിൽ നിറച്ച് നടക്കുന്ന ഒരാളെ കണ്ടി ട്ടുണ്ടോ. അയാൾ നടക്കുമ്പോഴാണ് പാതകളുണ്ടാകുന്നത്. ലോകം രൂപാ ന്തരപ്പെടുന്നത്. അത്തരം നടത്തം അയാൾക്ക് ആത്മസൗഖ്യമാകും. അയാളുടെ ആന്തരികാനന്ദത്തിന്റെ സാന്ദ്രസംഗ്രഹമാണ് അയാളുടെ നടത്തം.

നടക്കുമ്പോൾ അയാൾക്കൊപ്പം പാതകളുടെ ചുരുളുകളും അഴിയു ന്നുണ്ട്. അതിനുള്ളിൽ പ്രകാശം പരത്തുന്നുണ്ട്. പാദങ്ങൾ നിന്റെ വിളക്ക്. പാതകൾ നിനക്ക് വെളിച്ചം.

ജീവിതം ഇത്രയും തിടുക്കവും തിരക്കും അർഹിക്കുന്നുണ്ടോ? അമിത വേഗങ്ങൾക്കിടയിൽ ഒരാൾ ഒരാൾക്കയാളുടെ വരമ്പുകൾ കുറുകെ കടക്കാനുള്ള ഇടം കിട്ടാനുണ്ടോ?

അതിനാൽ മെല്ലെ നടക്കുക walk slowly.

ജീവിതം ഇത്രയേറെ സമ്മർദ്ദങ്ങളിൽ ഞെരിയേണ്ടതുണ്ടോ? ഇത്ര യേറെ പിറുപിറുപ്പും അസ്വസ്ഥതയുമെന്തിന്? പരാതികളെന്തിന് പാത കളോട് കോപിച്ച് മണ്ണിനെ ചവിട്ടിയരച്ച് എന്തിനാണിങ്ങനെ യാത്രയെ വിരൂപമാക്കുന്നത്?

അതിനാൽ സൗമ്യമായി നടക്കുക walk gently ആകാശത്തിലൂടെ പക്ഷികൾ പറക്കുമ്പോൾ താഴെ തടാകത്തിൽ തൊടാതെ, പറക്കലിന്റെ

നിഴലിൽ തടാകത്തിന് സൗന്ദര്യം കൂടുന്നതുപോലെ നടത്തം സൗമ്യമാക്കുവാൻ കഴിയുമെങ്കിൽ, അതെത്ര സുന്ദരമായിരിക്കും.

ജീവിതത്തിനിത്രയും അഹങ്കാരമെന്തിന്? ആക്രോശങ്ങളെന്തിന്? പുച്ഛവും പരിഹാസവുമെന്തിന്? കുറ്റപ്പെടുത്തലുകളെന്തിന്? ഭൂതകാലപ്പിഴവുകളെ ഓർമ്മിപ്പിച്ച് ഒരാളെ എന്തിന് കൂടുതൽ മുറിപ്പെടുത്തണം. കുളിച്ചു കയറുമ്പോൾ പുഴപോലും അതറിയരുത്. ഏറ്റവും ചെറിയ കമ്പ് കൊണ്ട് ഏറ്റവും മൃദുലമായി തൊട്ടുകൊണ്ടുവേണം ഒഴുകുന്ന ഇലയ്ക്ക് സഞ്ചാരപഥം കൊടുക്കുവാൻ.

അതിനാൽ ആദരവോടെ നടക്കുക walk reverently പാതകളിൽ തുപ്പാതെ സഹയാത്രികരോട് വഴക്കടിക്കാതെ പരാതിപ്പെടാതെ ഭൂമിയോട് ആദരവർപ്പിച്ച് സ്നേഹിച്ച് നിർമ്മലഭാവത്തോടെ നടക്കാൻ കഴിയുമെങ്കിൽ, ഒരുപക്ഷേ, ഈ വഴികളെല്ലാം നമുക്കറിയാം. അതിലൂടെ അല്പം ചിലർ മാത്രമേ നടക്കുന്നുള്ളൂ. ഒരുവൻ ദൈവത്തെ അറിയുന്നത് തന്റെ കാലുകളിലൂടെയാണ്. ∎

ജീവിക്കുന്നു, ഞാനെന്നുള്ളിൽ ജീവിക്കാതെ

കറ വീണ വാൽക്കണ്ണാടിക്കു മുമ്പിൽ
ഉടുത്തൊരുങ്ങി
സ്വന്തം ഇറച്ചിയിൽ
കൊതിച്ചും ഗർവ്വിച്ചും
രുചികളുടെ ചോരക്കിണ്ണത്തിൽ
ഈ വിശപ്പും ദാഹവും
എത്ര കാലത്തോളം.
കൊടുങ്കാറ്റിനെ പുറത്തുനിർത്തി
എത്രനാൾ
തിരകളുടെഅടിത്തട്ടിൽ
ഞാനുറങ്ങും? (നരകശുശ്രൂഷ)

കർക്കിടകമാസം എനിക്കെപ്പോഴും മുറിവുകളെ ഓർക്കാനും ശുശ്രൂഷിക്കാനുമുള്ള മാസമാണ്. ഓരോരുത്തർക്കുമുണ്ടാകും ഓർക്കാനും മറക്കാനും ഓരോ കാലം. വിതയ്ക്കാനും കൊയ്യാനും മരിക്കാനും ഉയിർക്കാനും ഓരോ കാലം. മിക്കവാറും മുറിവുകളെ ഓർക്കുവാൻ ഒരാൾക്ക് അയാളുടെ ജന്മമാസം തന്നെയാകും ഏറ്റവും ഇണങ്ങുക. വലിയൊരു മുറിവിൽനിന്നും പൊട്ടിപ്പിളർന്നതാണല്ലോ ഓരോ പിറവിക്കരച്ചിലും. അതിനാൽ മുറിവുകളുടെ ഓർമ്മപ്പെരുന്നാളായി എന്റെ ജന്മമാസം വന്നിരിക്കുന്നു. ഒരാൾ ദൈവത്തെ തൊടുന്നത് അയാളുടെ മുറിവുകളുടെ നനവിൽ നിന്നാണെന്ന് എനിക്കൊരു വെളിച്ചമുണ്ട്. ഒരു മുറിവിനോടുള്ള സ്നേഹംകൊണ്ടല്ല നാമതിനെ ശുശ്രൂഷിക്കുന്നത്. മറിച്ച് അതിൽനിന്നും ശാന്തി നേടുവാനാണ്.

ഓർമ്മകളും മുറിവുകളും നിറഞ്ഞ ഒരു പുസ്തകം ഞാൻ എഴുതിത്തീർത്തു. ആത്മവിദ്യാലയം എന്നാണ് ഞാനാ പുസ്തകത്തിന് പേരിട്ടിരിക്കുന്നത്. തീർച്ചയായും അത് മഹത്തായ അനുഭവത്തിന്റെ ഒരു പുസ്തകമായിരിക്കണമെന്നില്ല. എന്നാൽ മഹാപർവ്വതങ്ങൾക്ക് മാത്രമല്ലല്ലോ ചരിത്രവും ജീവിതവും. ചെറിയ മണൽത്തിരകൾക്കുമുണ്ട്,

മൗലികമായ അതിന്റെ ചരിത്രവും ഓർമ്മകളും. സ്വകാര്യരക്തംകൊണ്ട് ഓരോ മനുഷ്യനും അയാളുടേതായ ലോകത്തെ വരയ്ക്കുകയും മായ്ക്കുകയും ചെയ്യുന്നുണ്ട്.

മുപ്പത്തിയഞ്ചുവർഷം ഞാൻ ജീവിച്ചതും അതിജീവിച്ചതും സഹിച്ചതും സന്തോഷിച്ചതും ആയ ഒരു കലാലയത്തിൽനിന്നും പിരിഞ്ഞു പോന്നപ്പോൾ അവിടത്തെ മണ്ണിൽ കുറിച്ചിട്ട ഒരു വരിയാണ് ജീവിതത്തിന്റെ അടയാളവാക്യമായി ഞാൻ ഇപ്പോൾ സ്വീകരിച്ചിരിക്കുന്നത്.

വിജയിച്ചിടം വിട്ടുപോരിക
തോൽവിയിലേക്ക് മടങ്ങുക

ഒരിക്കലും വിജയിക്കാനാവാത്തവർക്ക് വിജയം ഏറ്റവും മധുരതരമായിരിക്കുമെന്ന് എമിലി ഡിക്കൻസ് എഴുതിയിട്ടുണ്ട്. സ്നേഹിച്ചപ്പോഴല്ല സ്നേഹം നഷ്ടപ്പെട്ടപ്പോഴാണ് ഓരോ മനുഷ്യനും അതിന്റെ വിലയറിയുന്നത്.

ഇപ്പോൾ ഓർമ്മകളെ അടക്കം ചെയ്യാനുള്ള സമയമായി. പുഴ കടന്നാൽ പിന്നെയെന്തിന് ചങ്ങാടം ചുമന്നുള്ള യാത്ര. അതവിടെ ഉപേക്ഷിച്ചുപോരണം. ഓർമ്മകളുടെ ചുമടുകൾ യാത്രയ്ക്ക് തടസ്സമാണ്. ഓർമ്മകളുടെ ഭാരം ഇറക്കി വെയ്ക്കുമ്പോഴാണ് പുതിയ ചുവടുകൾക്ക് പാതയൊരുങ്ങുന്നത്.

43 വർഷം മുമ്പുള്ള ഒരു ആഗസ്റ്റ് മാസത്തിൽ തന്നെയാണ് രസന എന്ന ചെറുമാസിക പിറന്നുവീണത്. അത് പിറന്നുവീണതോ, അടിയന്തിരാവസ്ഥ ചവിട്ടിയരച്ച വേദനകളുടെ അതിശൈത്യമുള്ള ഒരു മഴക്കാലത്തേക്കും. എന്റെ പാവപ്പെട്ട എഴുത്തുജീവിതവും ആരംഭിക്കുന്നത് മുപ്പത്തിയഞ്ചുവർഷം മുമ്പുള്ള അതേ മഴക്കാലത്തുതന്നെയാണ്. വിശ്വാസത്തകർച്ചകളെ അതിജീവിക്കുവാനുള്ള ഹൃദയഭേദകമായ നിലവിളിയുടെ തീച്ചൂളക്കാലമായിരുന്നു. അതെല്ലാം വെന്തു കരിഞ്ഞുപോയ ഒരു അഗ്നിപരീക്ഷക്കാലം.

ഒരിക്കലും പൊറുക്കാത്ത മുറിവുകളിൽനിന്നുമാണ് കവിതയുടെ ഓർമ്മകൾ പിടഞ്ഞുണരുന്നതെന്ന് അറിയാത്ത കവികൾ ആരുണ്ട്?

ഇപ്പോൾ ഉറക്കത്തിൽ ഞെട്ടിയുണരുമ്പോൾ ഒരൊറ്റ ചിത്രമാണ് എന്നെ വേട്ടയാടുന്നത്. മരപ്പൊത്തിൽ ഒളിപ്പിച്ചുവെച്ച ഒരു നാലുവയസ്സുകാരിയുടെ നനഞ്ഞീറനായ, മുറിവേൽപ്പിച്ചു കൊന്നുകളഞ്ഞ ഒരു ശരീരം. എപ്പോഴാണ് ഒരു കുഞ്ഞിന് ലൈംഗികതയുടെ ആദ്യത്തെ ക്ഷതം സംഭവിക്കുക എന്ന് പറയാനാവില്ല. കേരളീയബാല്യം ഇത്രമേൽ അശരണവും അരക്ഷിതവുമായ ഒരു കാലം ഉണ്ടാവാനിടയില്ല. അച്ഛനാണ് മകളെ ആദ്യമായി ലൈംഗികമായി തൊട്ടനുഭവിക്കുന്നത്. അയാൾ തന്നെയാണ് മകളെ പലർക്കായി മുറിച്ചുകൊടുക്കുന്നത്.

വി.ജി. തമ്പി

ഒരു പകൽ അസ്തമിച്ചു തീരുംമുമ്പേ ചവിട്ടിയരയ്ക്കപ്പെടുന്ന കുഞ്ഞുങ്ങളുടെ നിർദോഷരക്തത്തെ പ്രതി കേരളം അസ്തമിച്ചുപോയിരുന്നെങ്കിൽ എന്ന് പ്രാർത്ഥിച്ചുപോകും. ഇത്രമാത്രം അരക്ഷിതമായ മറ്റൊരു കാലം മലയാളിജീവിതത്തിനുണ്ടാകാനിടയില്ല. വസ്ത്രത്തിനുള്ളിൽ ഒരു സ്ത്രീ അവളുടെ മുറിവുകളും പുരുഷൻ അവന്റെ കഠാരകളും ഒളിപ്പിച്ചുവെച്ചിരിക്കുന്നു എന്ന് എവിടെയോ വായിച്ചതോർക്കുന്നു.

നമ്മുടെ സാഹിത്യം നമ്മുടെ കാലത്തെ എത്ര ക്രൂരദാരുണതയോടെയാണ് ഒളിപ്പിച്ചുവച്ചിരിക്കുന്നത്. നമ്മുടെ വാക്കുകൾക്ക് ഇത്രയേറെ വരൾച്ച മറ്റൊരിക്കലും സംഭവിച്ചിട്ടില്ല. സ്വന്തം യാഥാർത്ഥ്യങ്ങൾക്കു മുമ്പിൽ ഹൃദയം കൊട്ടിയടച്ചിട്ട വാക്കുകളുടെ വ്യഭിചാരകാലമാണിത്. സത്യം. നമ്മുടെ എല്ലാ എഴുത്തുകാരും ഞാൻ ഞാൻ മാത്രം നിറഞ്ഞു നിൽക്കുന്ന, വാതിലോ ജനാലയോ ഇല്ലാത്ത വീടുകളാണ്. മുറിവുകളെ തൊടാനറിയാത്ത വാക്കുകൾ. വിജയത്തിൽ മാത്രം നുരഞ്ഞുപൊന്തുന്ന തിളച്ചുമറിയുന്ന കപടവാങ്മയം. അങ്ങാടിച്ചന്തങ്ങളെ വാരിച്ചുറ്റി സ്വന്തം ഇറച്ചിയിൽ കൊതിച്ചും ഗർവ്വിച്ചും കഴിയുന്ന എഴുത്തുകാരെ കാലം ശിക്ഷിക്കട്ടെ. പീഡനം എന്ന വാക്ക് ലൈംഗികമായി ആഘോഷിച്ചുതിമർക്കുന്ന മാധ്യമങ്ങളുടെ വിശപ്പും സദ്യയും ഒരിക്കലും അടങ്ങുമെന്ന് തോന്നുന്നില്ല. എഴുത്തിൽ ഉള്ളകങ്ങളെ പൊള്ളയാക്കി പുറംചായം പുരട്ടി പ്രച്ഛന്ന വേഷങ്ങളുടെ പകർന്നാട്ടം തീരുമെന്നും തോന്നുന്നില്ല. മലയാളത്തിലെ സമകാലികമായ എഴുത്തിൽ ഒട്ടും തൃപ്തിയില്ല, സ്നേഹമില്ല, കരുണയില്ല, സ്വപ്നവും ഭാവനയും നശിച്ചുപോകുന്നു. ഉദാത്തതയിലേക്ക് ഉടലിനെ ഉണർത്താനുള്ള മാന്ത്രികസത്യവും എഴുത്തിൽനിന്നും അഴിഞ്ഞു പോയിരിക്കുന്നു.

സ്വന്തം എഴുത്തിനെ പ്രതി അതിന്റെ വ്യാജമായ അഹങ്കാരത്തെ പ്രതി നമ്മൾ ആത്മനിന്ദകൊണ്ട് മണ്ണിനടിയിലേക്ക് ലജ്ജിച്ച് തലകുനിക്കണം.

കാലം എന്റെ ചങ്കിലേക്ക് ചൂണ്ടിപ്പറയുന്നത് ഇത്രമാത്രം...

ജീവിക്കുന്നു, ഞാനെന്നുള്ളിൽ ജീവിക്കാതെ. ∎

ഉന്മാദം സ്വാതന്ത്ര്യമാണ്

"ഭ്രാന്തിന്റെ കൊമ്പിളകുന്ന നേരങ്ങളിൽ
ഒരു മുയലിനുപോലും നിന്നെ വേട്ടയാടാം.
പ്രാവുകൾക്ക് ധാന്യം പോലെ കൊത്തിപ്പെറുക്കാം.
നീ പണിതീരാത്ത യേശുവാണെന്ന്
ഞാൻ പരിഹസിച്ചു
ഭ്രൂണഹത്യ ചെയ്യപ്പെട്ട യേശുതന്നെയോ നീ?
സ്വപ്നത്തിനൊപ്പം തോറ്റുനിൽക്കുന്നു എന്റെ പ്രിയൻ" (നഗ്നൻ)

ഇപ്രകാരം ചില വരികളിൽ ഒരിക്കൽ ഏറ്റവും പ്രിയപ്പെട്ട സുഹൃത്തിന്റെ ഉന്മാദത്തിലേക്ക് ഞാൻ നടന്നുപോയിട്ടുണ്ട്, ഒരു കവിതയിൽ.

"നീയായിരുന്നു
ആദ്യത്തെ സൂര്യവെളിച്ചത്തിലേക്ക്
എന്നെ നഗ്നനാക്കിയത്"

ഉന്മാദത്തെ വായിക്കാനെളുപ്പമല്ല. യുക്തിക്ക് കണ്ടെത്താൻ കഴിയാത്ത ദുരൂഹതയുടെ വിചിത്രഭാവനയാണത്. ഇളകുന്ന ആ മനുസ്സുകളിൽ ദൈവത്തെയും വായിക്കാം. യുക്തിക്കപ്പുറമുള്ള ഒരു ഭാവനാനിർമ്മിതിയാണത്. ആന്തരികതയിൽ സ്വയം നിശ്ചയിച്ച ലോകം. ആരാണ് തന്റെ ബോധത്തെ ശരീരത്തിൽനിന്നും പറിച്ചെടുത്തതെന്ന് ടോൾസ്റ്റോയി നിലവിളിച്ചിട്ടുണ്ട്. താൻ ജീവിക്കുന്ന ജീർണലോകത്തിൽ ഭാവിയുടെ മറ്റൊരു ലോകം നിർമ്മിക്കുവാനുള്ള അതിശയകരമായ സ്വാതന്ത്ര്യമാണ് ഉന്മാദം. ജീർണവ്യവസ്ഥിതിയെ അതിലംഘിക്കാനുള്ള ഊർജ്ജം അതിലുണ്ട്. ലോകത്തിൽ മികച്ചതെന്തെങ്കിലും ചെയ്തവരുടെ കണ്ണുകളിലേക്ക് സൂക്ഷിച്ചുനോക്കിയാലറിയാം ഉന്മാദജലത്തിലെ തീനാമ്പുകൾ. ലോകത്തോടുള്ള വിയോജിപ്പിൽനിന്നാണ് ഉന്മാദി തന്റെ ജീവിതത്തിന് ഇന്ധനം കണ്ടെത്തുന്നത്.

നാം ജീവിക്കുന്ന ജീവിതത്തിന് ഇത്രയും കൃത്യതയും യുക്തിയും കണിശതയും മുൻവിധിയും ശാഠ്യവും ആവശ്യമുണ്ടോ? അതിവേഗം

ഒരു യന്ത്രമോ മൃഗമോ ആകാൻ നിർബന്ധിക്കപ്പെടുന്ന ഒരു കാലമല്ലേ നമ്മുടേത്? കെട്ടിക്കിടക്കുന്ന അഴുക്കുതടാകം ഒന്നു കരകവിഞ്ഞൊഴുകാൻ ജീവിതമെന്താണ് മടിക്കുന്നത്. പലപ്പോഴും പറയാൻ തോന്നിയിട്ടുണ്ട്, നിനക്ക് ഒന്നിന്റെയും കുറവില്ല. ശകലം കിറുക്കിന്റെ ഒഴികെ. നടന്നുതേഞ്ഞ നിരപ്പായ വഴികളിൽ ആഴവും ആനന്ദവും നിറയണമെങ്കിൽ ഒരു തുള്ളി കിറുക്ക് മനസ്സിൽ സൂക്ഷിക്കേണ്ടിവരും. സ്വയം നിർമ്മിച്ച ആന്തരലോകത്തിന്റെ ആനന്ദവും സ്വാതന്ത്ര്യവും ഉന്മാദികളേറെ അനുഭവിക്കാറുണ്ട്. അക്കൂട്ടത്തിൽ ബുദ്ധനെയോ ക്രിസ്തുവിനെയോ നബിയെയോ നാരായണഗുരുവിനെയോ, മഹാപ്രതിഭാശാലികളായ കലാകാരന്മാരെയോ കണ്ടെത്തുവാൻ പ്രയാസമുണ്ടാകില്ല. ഈശ്വരൻ തന്നെ ഒരർത്ഥത്തിൽ ഉന്മാദജന്മമല്ലേ?

ഭ്രാന്തനെ അനാഥനായി കാണുവാനാണ് നമുക്കിഷ്ടം. അനാവശ്യമായ കടലാസുപോലെ ചുരുട്ടി വലിച്ചെറിയുന്നു. പക്ഷേ ദയാദീപ്തമായ ഒരു നോട്ടത്താൽ അയാളെ കൂട്ടിവായിക്കാൻ നമുക്ക് ക്ഷമയുണ്ടാകുമെങ്കിൽ.

സർവ്വതും ആദ്യം കാണുന്ന ഒരാളെപോലെയാണ് ഞാൻ ലോകത്തെ നോക്കുന്നതെന്ന് ഫ്രാൻസീസ് അസ്സീസി. അയാളും കൂട്ടുകാരും ദൈവത്തിന്റെ കിറുക്കന്മാരായി എട്ടു നൂറ്റാണ്ടുമുമ്പേ ജീവിച്ച ഇറ്റലിയിലെ അസ്സീസി പട്ടണത്തിൽ ഇയ്യിടെ ഞാൻ പോയിരുന്നു. ദിവ്യമായ ഉന്മാദം കൊണ്ട് പാട്ടും നൃത്തവുമായി നടന്ന അവർ, ലോകത്തെതന്നെ മാറ്റിപ്പണിയുവാൻ ഉന്മാദത്തിൽ വീണ്ടും ജനിക്കുകയായിരുന്നു. കിറുക്കന്മാരുടെ ആ താഴ്വര മനുഷ്യരാശിയെ അനശ്വരമായ സൂര്യകീർത്തനം കേൾപ്പിച്ചുകൊണ്ടിരിക്കുന്നു. വിശുദ്ധതുല്യമായ നഗ്നതകൊണ്ടും നിഷ്കളങ്കതകൊണ്ടും ഫ്രാൻസീസും അയാളുടെ പന്ത്രണ്ട് സഖാക്കളും ലോകത്തെ കഴുകി വെടിപ്പാക്കുകയായിരുന്നു.

ഉന്മാദത്തിലൊരു ജ്ഞാനസ്നാനമുണ്ട്. ദിവ്യമായ ഉന്മാദമാണ് സർഗ്ഗാത്മകത എന്ന് പ്ലാറ്റോ. ലോകത്തിൽ മഹത്തായതെല്ലാം സൃഷ്ടിച്ചത് മനോരോഗികളായിരുന്നുവെന്ന് മാർസർ പ്രൂസ്റ്റോ. കിറുക്കിന്റെ അംശമില്ലാത്തവൻ പ്രതിഭാശാലിയാകില്ലെന്ന് അരിസ്റ്റോട്ടിൽ. കവിയും കാമുകനും ഭ്രാന്തനും ഒരേ ജീവതാളത്തിലാണെന്ന് ഷേക്സ്പിയർ. മൗലികതയുള്ള സമൂഹശില്പികളെ തടവിലാക്കാൻ സമൂഹം ചാർത്തുന്ന മുദ്രയാണ് ഭ്രാന്തെന്ന് മിഷേൽ ഫൂക്കോ. നാഗരികതയുടെ ചരിത്രം ഭ്രാന്തന്മാർ നിർമ്മിച്ച ചരിത്രമാണെന്ന് വിപുലമായ പഠനങ്ങൾ ഉണ്ടായിട്ടുണ്ട്.

സമൂഹത്തിന്റെ യാഥാസ്ഥിതികരൂപങ്ങളോട് വഴങ്ങാതെ സ്വതന്ത്രരായി കലഹിക്കുന്നവർക്കുള്ള തടവറയാണ് ഇന്നത്തെ ഭ്രാന്താശുപത്രികൾ. ജയിലിന്റെ അതേ വാസ്തുഘടന. താൻ ജീവിക്കുന്ന ലോകം തെറ്റാണെന്നും അത് വിരസവും വിരൂപവുമാണെന്നും തോന്നുന്ന

നിമിഷത്തിൽ ഒരാൾക്കുള്ളിൽ ഭ്രാന്തിന്റെ വെളുത്ത പൂക്കൾ വിരിയും. മിസ്റ്റിക്കുകളിലും കലാകാരന്മാരിലും സ്വാതന്ത്ര്യാന്വേഷികളിലും ഉന്മാദത്തിന്റെ ആത്മപ്രഭയുണ്ട്. ഉന്മാദംകൊണ്ട് നഗ്നനായി നഗരത്തിലൂടെ ബൈക്കോടിച്ചുപോയ ഒരു ചെറുപ്പക്കാരനെ സദാചാരപൊലീസ് ചമഞ്ഞ ഒരുകൂട്ടം തെമ്മാടികൾ തെരുവിൽ തല്ലിച്ചതച്ച വാർത്ത നമ്മുടെ മാധ്യമങ്ങളിപ്പോൾ ആഘോഷിക്കുകയാണല്ലോ. പണത്തിനും കാമത്തിനുമായി ആർത്തിപിടിച്ച തെരുവിലേക്കാണയാൾ അരലക്ഷത്തോളം രൂപ വലിച്ചെറിഞ്ഞുകൊടുത്തത്. തീർച്ചയായും സുബോധം നഷ്ടപ്പെട്ടുതന്നെയാകും അയാൾ ആ പ്രവൃത്തി ചെയ്തിട്ടുണ്ടാകുക. പക്ഷേ ആ പ്രവൃത്തിയിലൂടെ നഗ്നതാ പ്രദർശനത്തിലൂടെ നമ്മുടെ മാന്യസമുദായത്തിനു വായിക്കാൻ മറ്റു ചിലതും ആ ചെറുപ്പക്കാരന്റെ പ്രവൃത്തികളിലുണ്ട്. കെട്ടിമുറുക്കിവെച്ചിരിക്കുന്ന നമ്മുടെ പലവിധ ചമയാവരണങ്ങളെ വലിച്ചു ചീന്തുവാൻ ഉന്മാദത്തിനു കഴിയും.

ബുദ്ധന്റെ നാട്ടിൽനിന്നും വന്ന സത്നാംസിങ്ങെന്ന ആത്മാന്വേഷിയിലുമുണ്ടായിരുന്നു ഒരു തുള്ളി കിറുക്ക്. ആശ്രമവും ആശുപത്രിയും പൊലീസും ചേർന്ന് അയാളെ തല്ലിക്കൊന്നിട്ടും നമ്മുടെ മാധ്യമങ്ങൾ മൃതശരീരങ്ങൾപോലെ നിർജീവമായി നിന്നു. എന്തു നാണക്കേടാണിത്. ഉന്മാദത്തിന്റെ നാനാർത്ഥങ്ങളെ വായിക്കാൻ നമുക്ക് മറ്റൊരു ഇന്ദ്രിയം വേണ്ടിവരും. സത്യത്തിന്റെ നഗ്നശരീരത്തെ നിവർന്നുനിന്നു നോക്കുവാനുള്ള നിഷ്കപടതയുടെ ഇന്ദ്രിയം. സാധാരണ മനുഷ്യനെ അസാധാരണനാക്കുന്നത് സത്യത്തിൽ അയാൾക്കുള്ളിലെ ഉന്മാദം തന്നെയാണ്. ദൈവചോദനകളെയും പ്രചോദനങ്ങളെയും വെട്ടിനിരത്താൻ സമൂഹത്തിന് അതിന്റേതായ അളവുകളും ഉപകരണങ്ങളും ഉണ്ട്. ഭ്രാന്ത് ഒരു രോഗാവസ്ഥയായി ക്രൂരമായി, മനുഷ്യത്വരഹിതമായി ചികിത്സിക്കപ്പെടുന്നത് അതുകൊണ്ടാണ്. ഈ ലോകത്തിൽ അനീതികളെ ജയിക്കാനും അസത്യത്തെ തോൽപ്പിക്കാനുമുള്ള വിശേഷമായൊരു മാർഗ്ഗമായിട്ടാണ് ഉന്മാദത്തെ കണ്ടെത്തേണ്ടത്. ഭ്രാന്ത് അയാൾക്ക് ഒരു പ്രച്ഛന്നവേഷമാണ്. സത്യം വിളിച്ചുപറയാനുള്ള സ്വാതന്ത്ര്യത്തിന്റെ സാധ്യതയാണ്.

■

വായനയുടെ ജ്ഞാനസ്നാനം

കാലമേ നന്ദി! അദ്ധ്യാപനത്തിന്റെ ഔപചാരികമായ ഒരു ദീർഘ ജീവിതത്തിൽനിന്ന് കാലമാണ് എന്നെ സ്വതന്ത്രനാക്കിയത്. എഴുത്തി ന്റെയും വായനയുടെയും യാത്രകളുടെയും സ്വപ്നത്തിന്റെയും സ്വാതന്ത്ര്യം ഇപ്പോഴാണ് എനിക്ക് ആനന്ദിച്ച് അനുഭവിക്കാൻ കഴിയുന്നത്. സ്വകാര്യ തകൾക്ക് ഏകാന്തതകൾക്ക് നിശ്ശബ്ദതകൾക്ക് ഇത്രയേറെ വിസ്തൃ തിയും സൗന്ദര്യവുമുണ്ടെന്ന് ഞാൻ അക്ഷരാർത്ഥത്തിൽ അറിഞ്ഞു വരികയാണ്. ഔപചാരികമായി ചെയ്യുന്ന ഏതൊരു പ്രവൃത്തിയും എത്രയോ സമ്മർദ്ദങ്ങളാണ് അടിച്ചേല്പിക്കുക. അങ്ങനെ പഠിപ്പിക്കുക എന്നതുപോലും ഒരു അശ്ലീല പ്രവൃത്തിയാണെന്നാണ് ഒരു തിരിഞ്ഞു നോട്ടത്തിൽ ഞാൻ ഏറ്റുപറയുന്നത്. പ്രചോദനത്തിന്റെ നിമിഷങ്ങൾ എത്രയെ നഷ്ടപ്പെടുത്തി. വിദ്യാർത്ഥികളുടെ ഭാവനയെ കെടുത്തി ക്കളഞ്ഞു.

വരച്ചതത്രയും മായ്ക്കാനുള്ള സർഗ്ഗാത്മകതയ്ക്കുവേണ്ടിയാണ് ഞാനിപ്പോൾ പ്രാർത്ഥിച്ചുകൊണ്ടിരിക്കുന്നത്. പഠിപ്പിക്കാൻവേണ്ടി നടത്തിയ പഠിപ്പും വായനയും മറക്കണം. നഷ്ടപ്പെട്ട സന്തോഷങ്ങളെ വീണ്ടെടുക്കണം. വേദനകളൊന്നും വേദനകളായിരുന്നില്ലെന്ന് തിരിച്ചറി യണം. ഇതുവരെയും കാണാത്തതും കേൾക്കാത്തതും അനുഭവിക്കാ ത്തതുമായ ആത്മീയഭൂപടങ്ങൾ തേടി അനിശ്ചിതത്വത്തിന്റെ ലഹരി യോടെ യാത്രചെയ്യണം.

ഇപ്പോൾ ഞാനാദ്യം എന്റെ പുസ്തകങ്ങളുടെ അലമാരികളിലേക്ക് തിരിച്ചുപോകുന്നു. ഭാഗ്യം. മനുഷ്യഭാഗധേയത്തിന്റെ ഇരുട്ടും വെളിച്ചവും ചൂതാടുന്ന പുസ്തകങ്ങളുടെ ഹൃദയമിടിപ്പുകൾ നിലച്ചിട്ടില്ല. കുറേ യധികം പുസ്തകങ്ങൾ ചിതലും പ്രാണികളും വായിച്ചുതീർത്തതിനാൽ ഉപേക്ഷിക്കാം. ജ്ഞാനത്തിന്റെ തീപ്പന്തം സദാ എരിയുന്ന എന്റെ പുസ്തകമുറിയോട് ഞാനിത്രകാലവും നീതി പുലർത്തിയില്ലെന്നുണ്ടോ? ഈ കൊച്ചുമുറിക്കുള്ളിൽ എത്രയോ കാലങ്ങൾ, ഹൃദയങ്ങളുടെ ആഗാധ സമുദ്രങ്ങൾ, വംശസ്മരണകൾ സങ്കടങ്ങളുടെ വൻകരകൾ ജീവിതത്തെ

വലയം ചെയ്യുന്ന ഏകാന്തത, അറിവിന്റെ മഹാകാശങ്ങൾ, ആകസ്മികതയുടെ ഇടിമിന്നലുകൾ, ബന്ധങ്ങളിലെ വിചിത്രവിധികൾ, സ്നേഹം, സഹനം, കാത്തിരിപ്പ്, നൈരാശ്യം, ഭയം, പക, സംഘർഷം, പശ്ചാത്താപം, ഏറ്റുപറച്ചിൽ, അപാരതയ്ക്കു മുമ്പിലെ അമ്പരപ്പ്, രോഗം, മരണം, ഭാഷയുടെ മാന്ത്രികനൃത്തങ്ങൾ, ദൈവവുമായുള്ള ഹൃദയവേഴ്ചകൾ... അലമാരികളുടെ വാതിലുകളോരോന്നായി തുറന്ന് ഞാൻ പുസ്തകങ്ങളുടെ പുറംവസ്ത്രങ്ങളിൽ തലോടിക്കൊണ്ടിരുന്നു. ഹൃദയത്തിന്റെ വിരലുകൾകൊണ്ടാണ് ഓരോ പുസ്തകത്തെയും സ്പർശിക്കേണ്ടത്. ഒരു ജന്മത്തിൽ അനേകജന്മങ്ങളെ നിവർത്തികാണിച്ചവയാണ് ഈ പുസ്തകങ്ങൾ. ജീവിതത്തിന്റെ അടഞ്ഞുകിടന്ന വാതിലുകളെ എത്രയോ വട്ടം തുറന്നുതന്നു. അങ്ങനെ എനിക്കുള്ളിലെ അന്ധൻ കാണുകയും ബധിരൻ കേൾക്കുകയും മുടന്തൻ നൃത്തം ചെയ്യുകയും ചെയ്തു. ആന്തരികതയിലെ മാരകമായ ചില ശൂന്യതകളെ പൂരിപ്പിച്ചതും ഈ പുസ്തകങ്ങളിൽ ചിലതാണ്.

ചുരുളുകൾ അഴിയുമ്പോൾ പ്രകാശം പരക്കുന്നു എന്ന് ബൈബിൾ വചനം. ഒരുപക്ഷേ എന്റെ എഴുത്തുമുറിയുടെ എപ്പോഴുമെരിയുന്ന ജ്ഞാനത്തിന്റെ തീപ്പന്തം ബൈബിൾ തന്നെ. പിന്നെ ബുദ്ധഗ്രന്ഥങ്ങൾ. ഇതിഹാസകാവ്യങ്ങളുടെ പ്രാചീനസന്ധ്യകൾ, നാവികയാത്രകൾ. ഷേക്സ്പിയറും മിൽട്ടനും കാളിദാസനും കുമാരനാശാനും അവർക്കുള്ളിലെ അന്തമറ്റ ഗംഭീരസംഘട്ടനങ്ങൾ. എന്നാൽ വീണ്ടും വീണ്ടും വായനയിൽ എന്നെ ഉന്മാദിയാക്കിക്കൊണ്ടിരിക്കുന്നത് ഡോസ്റ്റോവ്സ്ക്കിയും ടോൾസ്റ്റോയിയും ആണ്. വേദപുസ്തകംപോലെ എത്രയോ തവണ നിർത്തിവായിച്ച താളുകൾ. കരമസോവ് സഹോദരന്മാർ ജീവിതത്തിന്റെ ആയുർരേഖയാണെനിക്ക്. അന്നാകരനീനയും ഇവാൻ ഇല്ലിച്ചിന്റെ മരണവും ആത്മവിചാരണങ്ങളുടെ കത്തുന്ന വാക്യങ്ങൾ തന്നു.

അടുക്കിവെച്ച പുസ്തകങ്ങളുടെ ഓരോ മുഖവും ഞാൻ കൈയിലെടുത്തു ശ്വസിച്ചു. ജീവിച്ചുതുടങ്ങുംമുമ്പേ ജീവിതമെത്ര സങ്കീർണ്ണവും ദുർഘടവുമാണെന്ന് എന്നെ മുൻകൂട്ടി പഠിപ്പിച്ച പുസ്തകങ്ങളാണിവ. ജനനത്തിനും മരണത്തിനുമിടയിലെ ഹൃദയത്തെ സ്തംഭിപ്പിക്കുന്ന എത്രയോ നിമിഷങ്ങൾ. കാലത്തിന്റെ അഗ്നിപരീക്ഷകളെ അതിജീവിച്ച ആത്മശോഭകൾ, കാലദേശാതീതമായ മനുഷ്യാനുഭവത്തിന്റെ നിത്യനൂതനങ്ങളായ സമസ്യകൾ.

പുസ്തകത്തിന്റെ ഗന്ധങ്ങൾ, രുചികൾ, സ്പർശങ്ങൾ ഇരുട്ടിൽനിന്ന് വെളിച്ചത്തിലേക്കുള്ള നിലവിളികൾ വികാരങ്ങളുടെ അതിർത്തിലംഘനങ്ങൾ. എല്ലാം ഇതെഴുതുമ്പോൾ ഈ കൊച്ചുമുറിയിൽ നിന്നും അലയടിക്കാൻ തുടങ്ങിയിരിക്കുന്നു.

ഏത് പുസ്തകത്തിൽ തുടങ്ങണം. എന്റെ പുതിയ ജീവിതവായന?

എന്റെ കൂട്ടുകാരായ എഴുത്തുകാർ സ്നേഹപൂർവ്വം ഒപ്പിട്ടു നൽകിയ പുസ്തകങ്ങളുടെ ഒരു വലിയ അലമാരതന്നെയുണ്ട്. പ്രണയകാലങ്ങളിൽ സമ്മാനിക്കപ്പെട്ടവയുണ്ട്. യാത്രകളിൽ വന്നുചേർന്നവയുണ്ട്. കൂട്ടത്തിൽ ചില പ്രാർത്ഥനാപുസ്തകങ്ങൾ. കറുത്ത ബയന്റിട്ട ചുവന്ന അരികുകളുള്ള ആ പുസ്തകങ്ങൾ അമ്മയുടെ പാവപ്പെട്ട സ്വകാര്യനിക്ഷേപങ്ങളായിരുന്നു. വിശ്വാസം ശ്വസിക്കുന്ന താളുകൾ. ഓരോ പുസ്തകത്തിനുമുണ്ട് സംഘർഷഭരിതമായ ജീവിതത്തിന്റെ ഓർമ്മകൾ. ഓരോ പുസ്തകവും ആദ്യമായി ഈ അലമാരികളിൽ ചേർത്തുവെച്ച ദിവസമെനിക്കറിയാം. പുസ്തകങ്ങൾ പകർന്ന ഒന്നും ഞാൻ മറവിയിലേക്ക് ചുരുട്ടിയെറിഞ്ഞിട്ടില്ല. പുസ്തകങ്ങളുടെ സ്ഥിതിവിവരക്കണക്കുകൾ പറയുന്ന ഉപരിപ്ലവതകൾക്കുമാത്രം എനിക്ക് അരോചകമാകുന്നു. പണ്ട് വായിച്ച് വിസ്മയിച്ച പുസ്തകങ്ങൾ ഇന്ന് വായിക്കുമ്പോൾ ഉന്മേഷം കെടുത്തുമോ എന്ന ഭയമുണ്ട്.

പൊട്ടപുസ്തകങ്ങളുമുണ്ട് കൂട്ടത്തിൽ. പഠിപ്പിക്കാനും നിരൂപണം ചെയ്യാനും വാങ്ങിക്കൂട്ടിയവയോ സൗജന്യമായി കിട്ടിയവയോ ആണവ. വ്യാകരണഗ്രന്ഥങ്ങളുണ്ട്. അലങ്കാരശാസ്ത്രങ്ങളുണ്ട്. വിജയമന്ത്രങ്ങളുടെ ആഴംകുറഞ്ഞ ഉപദേശങ്ങളുണ്ട്. അതെല്ലാം വാരിക്കൂട്ടി കളയുകയാണിപ്പോൾ. കൂട്ടത്തിൽ ഇടത്തരം നല്ല പുസ്തകങ്ങളുണ്ട്. പുസ്തകങ്ങളെ സ്നേഹിക്കുന്ന എന്റെ ഒരു വിദ്യാർത്ഥിനിക്ക് അവളുടെ ഗ്രാമത്തിലൊരു വായനശാലയുണ്ടാക്കാൻ ഞാൻ അവ കെട്ടിവെച്ചിരിക്കുകയാണ്.

വായിക്കാത്ത പുസ്തകങ്ങളാണേറെയും. വായിച്ചില്ലെങ്കിലും അവയിൽനിന്നുള്ള ശ്വാസം കഴിച്ച് അവയെല്ലാം ആത്മാവിന്റെ അയൽവാസികളായി ഒപ്പമുണ്ട്. എന്നെയെന്താണ് പകുത്ത് നോക്കാത്തതെന്ന് നിലവിളിക്കുന്ന ആ പുസ്തകങ്ങളിലേക്ക് എനിക്ക് ഉടനെ പോകണം.

ഇതാ, അതിശയിക്കാനൊന്നുമില്ല. ആ പുസ്തകം തന്നെ എന്റെ വിരലുകളെ കടന്നുപിടിച്ചു. ദാഹത്തിലേക്കാണ് ജലം എപ്പോഴും ഒഴുകിയെത്തുക എന്നു പറയാറില്ലേ. എത്രയോ തവണ വായിച്ചുതുടങ്ങിയത് മടക്കിവെച്ചത് വീണ്ടും വായിച്ചുകൊണ്ടിരുന്നത്. ഓർമ്മകളുടെയും യാത്രകളുടെയും മഹത്തായ ആത്മകഥാഖ്യാനം. കസാൻദ്സാക്കിസിന്റെ റിപ്പോർട്ട് ടു ഗ്രീക്കോ ആണ് ഇനി ഞാൻ വായിച്ചുതുടങ്ങുക. ഉള്ളിലുള്ളതൊക്കെ എഴുതി ആത്മാവിനെ ശൂന്യമാക്കി എഴുതിയ ആ കൃതി, ഒരിക്കലും എത്താൻ പറ്റാത്തിടത്തേക്കാണ് നാം യാത്ര പുറപ്പെടേണ്ടതെന്ന് പറയുന്ന ആ പുസ്തകത്തിലൂടെയാണ് ഇനി എനിക്ക് യാത്ര ചെയ്യാനുള്ളത്.

■

ഉച്ഛിഷ്ടങ്ങൾ
പറയുന്നതും പറയാത്തതും

നമുക്ക് കൂടുതൽ സാമൂഹികനീതിയാണ് ആവശ്യമായിരിക്കുന്നത്. സ്വതന്ത്രവിപണിയുടെ ലോകം അളവറ്റ അനീതിയുടെയും അസമത്വങ്ങളുടെയും വിരൂപമായ സമൂഹങ്ങളെയാണ് സൃഷ്ടിച്ചുകൊണ്ടിരിക്കുന്നത്. ഉത്പാദനവും ഉപഭോഗവും മാത്രമാണോ മനുഷ്യജീവിതത്തിന് അർത്ഥം കൊടുക്കുന്നത്? എല്ലാ മഹത്തായ മതങ്ങളും ദർശനങ്ങളും മനുഷ്യനെ ഒരു ആർത്തിക്കാരനായ ഉപഭോക്താവ് എന്നതിലുപരി, സ്രഷ്ടാവായിട്ടാണ് പരിഗണിക്കുന്നത്. നമുക്ക് നമ്മുടെ ജീവിതത്തെ സാമ്പത്തികശാസ്ത്രത്തിന്റെ അളവുകളിലേക്ക് ചുരുക്കാനാവില്ല. സാമൂഹികനീതി പുലരാത്ത സമൂഹം ഒരു നല്ല സമൂഹമല്ല. കവിതയില്ലാത്ത സമൂഹം സ്വപ്നങ്ങളില്ലാത്തതാണ്. അർത്ഥശൂന്യമായ പൊള്ളയായ ശബ്ദങ്ങളുടേതു മാത്രമാണ്. വ്യക്തികളെ തമ്മിൽ കൂട്ടിയിണക്കുന്ന വിനിമയങ്ങളുടെ പാലങ്ങൾ തകർന്നുപോയിരിക്കുന്നു. ജീവിതത്തിൽ കവിതയെ തള്ളിക്കളയുന്ന സമൂഹം ആത്മീയമൃത്യുവിലേക്കാണ് നടന്നടുക്കുന്നത്...

നമ്മുടെ കാലഘട്ടത്തിലെ മഹാനായ കവി ഒക്ടോവിയാ പാസിന്റെ നിരീക്ഷണങ്ങളിലൂടെയാണ് കടന്നുപോയത്. മെല്ലെ മെല്ലെ തെളിഞ്ഞുവരുന്ന ഉൾവെളിച്ചമുള്ള ആ കാഴ്ചകൾ നമ്മുടെ ലോകത്തെ നല്ലവണ്ണം അടയാളപ്പെടുത്തുന്നുണ്ട്. സാമൂഹികനീതിയുടെ ശ്വാസപടലങ്ങൾ ഞരമ്പുകളിൽ പടർന്നുകയറുമ്പോഴാണ് മനുഷ്യജീവിതം നന്മകളിലേക്ക് രൂപാന്തരപ്പെടുന്നത്. എന്നാൽ ആഗോളീകരണം എല്ലാവിധ രൂപാന്തരീകരണസാധ്യതകളെയും തകർക്കുന്നു.

നമ്മെ നിലനിർത്തുന്ന വിശപ്പുകളെന്താണ്? ഓരോ ജീവിതത്തെയും പമ്പരം കറക്കുന്ന വാക്കിന്റെ അഗ്നിയെന്താണ്? മാർക്കറ്റിന്റെ അന്ധശക്തികളാണ് നമ്മുടെ വിശപ്പുകളെയും ദാഹങ്ങളെയും നിയന്ത്രിക്കുന്നത്. നമുക്ക് പുഴകൾ വേണ്ട. പുഴകളുടെ നല്ല ചിത്രങ്ങൾ മതി. സൗന്ദര്യത്തിലല്ല, സെക്സിലാണ് ഉടൽ തിരിച്ചറിയപ്പെടുന്നത്. സാമൂഹികനീതിയിൽ വിശ്വാസമില്ല. ആത്മീയസ്വാതന്ത്ര്യത്തിനായുള്ള ദാഹമില്ല.

അതിനാൽ പുഴകളല്ല പുഴകളുടെ ചിത്രങ്ങൾ കണ്ടാണ് നാം ദാഹം തീർക്കുന്നത്. ഇക്കാലം തെറ്റായതെല്ലാം ശരിയായവയേക്കാൾ നല്ലതായി തോന്നിക്കും. സ്നേഹത്തെ ആശ്രയിക്കാത്ത ലൈംഗികബന്ധങ്ങൾ, ഉത്തരവാദിത്വങ്ങളില്ലാത്ത സാമൂഹികജീവിതം, അഴിമതിയിൽ മാത്രം പുലരുന്ന ഭരണകൂടങ്ങൾ, ദൈവത്തെ പടിയിറക്കിവിട്ട മതങ്ങൾ, വിപണിയുടെ കൂട്ടിക്കൊടുപ്പുകാരായ മാധ്യമങ്ങൾ, ബുദ്ധിയെയും ഹൃദയത്തെയും വിഘടിപ്പിച്ചുനിർത്തിയ വിദ്യാലയങ്ങൾ... വാക്കുകളിലെ വ്യഭിചാരങ്ങൾ... ആത്മാവിനെ പണയം വെച്ചുകൊണ്ടുള്ള ഭൗതികപുരോഗതിയുടെ പാച്ചിൽ ജീവിതത്തെ മാലിന്യകൂമ്പാരമാക്കിക്കഴിഞ്ഞു.

പുതിയ ലോകക്രമത്തിൽ മനുഷ്യന്റെ ഭാവനകളാണ് ഏറ്റവുമധികം കയ്യേറ്റം ചെയ്യപ്പെടുന്നത്. മനുഷ്യന്റെ സ്വപ്നങ്ങളെയാണ് ആദ്യം ഭേദിക്കുന്നത്. നമ്മുടെ ജീവിതം വ്യാജമോ സത്യമോ എന്നു തിരിച്ചറിയാനുള്ള ജൈവദർശനമാണ് പുതിയ അന്വേഷണങ്ങളുടെയെല്ലാം കാതൽ.

നാഗരികതകൾ അതുണ്ടാക്കിയ മാലിന്യമലകളിൽ തന്നെ അടക്കം ചെയ്യപ്പെടാനാണ് സാധ്യത. വായുവിലും വെള്ളത്തിലും മണ്ണിലും ഭാഷയിലും സംസ്കാരത്തിലും രാഷ്ട്രീയത്തിലും മതത്തിലും മാധ്യമങ്ങളിലും മാർക്കറ്റിലും മാലിന്യങ്ങൾ അടിഞ്ഞുകൂടുകയാണ്. ഖരദ്രവ്യ ആണവമാലിന്യങ്ങൾ ഉണ്ടാക്കുന്ന നിയന്ത്രിക്കാനാവാത്ത വിപത്തുകളുടെ ദുരന്തങ്ങൾ മാത്രമല്ല മാനുഷ്യനാഗരികത ഇന്ന് നേരിടുന്നത്. തീർച്ചയായും മനുഷ്യനുണ്ടാക്കുന്ന ഭൗതിക ജീർണതകളുടെ അവശിഷ്ടങ്ങൾ എവിടെ സംസ്കരിക്കണമെന്നറിയാതെയുള്ള മാലിന്യഭീഷണി അതീവഗുരുതരമായ അവസ്ഥതന്നെയാണ് സൃഷ്ടിച്ചിരിക്കുന്നത്. നഗരത്തിന്റെ കുപ്പത്തൊട്ടികളിലേക്ക് വികസനത്തിന്റെ ഇരകളെ വലിച്ചെറിയുകയാണ്. മനുഷ്യരിലേക്ക് പടർന്നുകയറുന്ന ആന്തരിക വൈരൂപ്യങ്ങളുടെ മാലിന്യഭാരവും ഇതോടൊപ്പം ചർച്ച ചെയ്യപ്പെടണം.

ആർത്തികൊണ്ടും ആസക്തികൊണ്ടും ഹിംസകൊണ്ടും വർഗ്ഗീയതകൊണ്ടും വംശീയസ്പർദ്ധകൾകൊണ്ടും അഴിമതികൊണ്ടും മനുഷ്യജീവിതത്തിന്റെ അതിജീവനസാധ്യതകൾ തന്നെ തകർന്നുപോകുന്നു. ഉത്പാദനത്തിനും ഉപഭോഗത്തിനുമപ്പുറം മനുഷ്യജീവിതത്തിന് മറ്റൊരു ലക്ഷ്യമില്ലാതായിരിക്കുന്നു. പുറമേക്ക് കണ്ണഞ്ചിപ്പിക്കുന്ന പുരോഗതിയുടെ വേഷംകെട്ടലിൽ മനുഷ്യന്റെ പൊള്ളയായ ശരീരത്തിൽ ഉപഭോഗാസക്തിയുടെ തീ മാത്രമാണ് എരിയുന്നത്. ഉപഭോഗത്തിന്റെ തീയിൽ എരിഞ്ഞു കത്തുന്ന കാലമാണിത്. അതിന്റെ ഭ്രാന്തവേഗങ്ങളിൽ ഒന്നും പൊറുക്കാനോ ക്ഷമിക്കാനോ കഴിയില്ല. മനുഷ്യൻ കൂടുതൽ അസന്തുലിതനും അരക്ഷിതനുമായിരിക്കുന്നു. സ്വതന്ത്രവിപണിയുടെ വേദാന്തങ്ങൾക്കപ്പുറം മതങ്ങൾക്കോ രാഷ്ട്രീയത്തിനോ മാധ്യമത്തിനോ മറ്റൊന്നും മുന്നോട്ടു വെയ്ക്കാനില്ല. മാലിന്യങ്ങളില്ലാത്ത മറ്റൊരു ജീവിതം സാധ്യമാണോ

എന്ന ചോദ്യത്തിന് മുന്നിലാണ് മനുഷ്യരാശി സ്തംഭിച്ചുനിൽക്കുന്നത്. ജാതിവർഗ്ഗ വർണ ലിംഗഭേദങ്ങൾ വെട്ടിമുറിച്ചിട്ട ഈ ലോകത്തിൽ മനുഷ്യർക്ക് ഒന്നായി ജീവിക്കാനുള്ള സാധ്യതകൾ എന്തെങ്കിലും ബാക്കിയുണ്ടോ? ചരിത്രത്തിന്റെയും ഭാവനയുടെയും അന്ത്യമെന്ന് വിധിയെഴുതി തള്ളാവുന്നവിധം മനുഷ്യജീവിതം ഒരു അസംബന്ധ ദുരന്തനാടകത്തിന്റെ അന്ത്യരംഗത്തിലെത്തിയോ? മാലിന്യം മനുഷ്യരാശിക്ക് നൽകുന്ന താക്കീത് പരിസ്ഥിതിയുടെ പുതിയ മൂല്യബോധമാണ്. നമുക്കുള്ളിലെ മാലിന്യം സംസ്കരിച്ചില്ലെങ്കിൽ ആ മാലിന്യം നമ്മെ തിന്നും. പറയാത്ത തെറിവാക്കുകൾ കെട്ടിക്കിടന്ന് ജീവിതം മുഴുവൻ കയ്ക്കും. അഴുകും. വിയർപ്പുള്ളിടത്തോളംകാലം മനുഷ്യനിൽ ജീവനുണ്ട്. നെറ്റിവിയർക്കാത്തവൻ മരിച്ചവരുടെ ഗണത്തിലാണ് ഉൾപ്പെടുക.

ഭാവി നമുക്കായി കരുതിവെച്ചിരിക്കുന്ന സാമൂഹികനീതിയുടെ ലോകത്തെ ശ്വസിക്കാൻ നമുക്ക് കഴിയണം. അകത്തും പുറത്തും കുമിഞ്ഞുകൂടുന്ന മാലിന്യമലകളെ വെട്ടിമാറ്റിക്കൊണ്ട്, അവിടെ തുടങ്ങണം മറ്റൊരു ജീവിതത്തിന്റെ വീണ്ടെടുപ്പ്. അപ്പോൾ മാത്രം, വചനത്താൽ വെളിപ്പെട്ട നമ്മുടെ ലോകം കഴുകി വെടിപ്പാക്കപ്പെടും. കവിത കൊണ്ട് പ്രബുദ്ധമാകും. ബോധോദയങ്ങളുടെ വെളിച്ചം കാലത്തെ അളന്നെടുക്കും. മനുഷ്യഹൃദയത്തിലെ എല്ലാ ഉന്നതഭാവനയുടെയും അടിസ്ഥാനം ഉച്ചിഷ്ടങ്ങളാണ്. യജ്ഞത്തിൽ ബാക്കിവന്ന അന്നബലിയാണ് ഏറ്റവും വിശിഷ്ടം. പണിക്കാർ ഉപേക്ഷിച്ചുപോയ കല്ലാണ് അൾത്താരയുടെ മൂലക്കല്ല്. ഉപേക്ഷിക്കപ്പെട്ട ജീവിതങ്ങളിൽ നിന്നാണല്ലോ കവിതയുടെ ഊർജ്ജം കൊളുത്തപ്പെടുന്നത്. ∎

പൂവിലൊളിച്ച കാട്ടുമൃഗത്തിന്റെ മുരൾച്ചകൾ

ജീവനെക്കുറിച്ചുള്ള ആകുലതകളില്ലാത്ത മരണരാഷ്ട്രീയത്തിനു മുമ്പിലാണ് കേരളമിപ്പോൾ പകച്ചുനിൽക്കുന്നത്. ജനതയുടെ പരമമായ നിസ്സഹായതയിലാണ് ഹിംസയുടെ മുട്ടകൾ വിരിഞ്ഞുപെരുകുന്നത്. രാഷ്ട്രീയത്തിനുള്ളിൽ ഗുണ്ടകളെയും ക്വട്ടേഷൻ സംഘങ്ങളെയും പെറ്റു വളരുവാൻ ആരാണ് അനുവദിച്ചുകൊടുക്കുന്നത്? പാർട്ടിഗ്രാമങ്ങൾക്കു ചുറ്റും മതിൽ പണിയുന്നതും അതിനെ പോറ്റിവളർത്തുന്നതും ആരാണ്? അണികളുടെ കുറ്റപങ്കിലമായ നിസ്സഹായതയിലാണ് ഈ ചോരക്കലിയുടെ കൊലക്കത്തി മൂർച്ചകൂട്ടുന്നത്.

കേരളത്തിന്റെ ഭൂപ്രകൃതിക്കിപ്പോൾ ഒരു ശവപ്പറമ്പിന്റെ വെട്ടിത്തകർന്ന മുഖം. മനുഷ്യർക്കോ മൃതസാക്ഷികളുടെ ശിലാകാഠിന്യം. ക്വട്ടേഷൻ സംഘങ്ങൾക്ക് കൊലക്കത്തികൊണ്ട് കോറി വരയ്ക്കാനുള്ള ചോരയുടെ ഭൂപടമായി കേരളരാഷ്ട്രീയം ചുരുളുകയാണോ?

കേരളം ഒരു തോറ്റ ജനതയുടെ ശവപ്പറമ്പാണെന്ന് വിശേഷിപ്പിക്കുവാൻ ഇനി അധികം കാത്തുനിൽക്കേണ്ടിവരില്ല. വിയോജിപ്പിനും വിമർശനത്തിനും വഴിതിരിയലിനും ഇത്രയും കഠിനമായ കറുത്ത വിധി നടപ്പിലാക്കുന്ന നമ്മുടെ നാടിനെ ഒരു ജനാധിപത്യരാജ്യമെന്ന് ആരെങ്കിലും പറയുമോ? പകയും പ്രതികാരവും നിഷ്ഠൂരമായ ചോരക്കലിയാക്കി, ശാന്തവും നിർമ്മലവുമായ ഒരു ഗ്രാമത്തെരുവിനെ ഒറ്റരാത്രി കൊണ്ട് വെട്ടിവീഴ്ത്തിയ ദാരുണത നമുക്കെന്ത് തിരിച്ചറിവുകളാണ് തരുന്നത്? ഇങ്ങനെയാണ് രാഷ്ട്രീയം മനുഷ്യർക്ക് വിലയിടുന്നതെങ്കിൽ ഒരുപിടി ചാരത്തിൽ ഈ ഭൂമിയെ അടക്കം ചെയ്യുകയായിരിക്കും നല്ലത്. അല്പം ചോര തളിച്ചുകൊടുക്കുകയും ചെയ്യാം.

ചോരക്കറ വീണ ആ രാത്രിയിൽ സഹജീവിയായ ഒരു മനുഷ്യന്റെ മുഖം തിരിച്ചറിയാനാവാത്തവിധം വെട്ടിത്തകർത്തു. തലയോട് പൊട്ടിച്ചിതറി. ഇനി നമ്മുടെ ജനാധിപത്യത്തെ കശാപ്പെന്നും കുരുതിയെന്നും ഉന്മൂലനമെന്നും മാറ്റിപ്പറയേണ്ടിവരും. വിയോജിക്കുന്നവരെല്ലാം വർഗ്ഗ

വഞ്ചകരെങ്കിൽ, അവരെ കശാപ്പു ചെയ്യുന്നതാണ് വിമോചന രാഷ്ട്രീയമെങ്കിൽ നമുക്കിനി മറ്റൊരു നരകത്തീയുടെ ആവശ്യമില്ല. ടി.പി. ചന്ദ്രശേഖരന്റെ കൊലപാതകത്തെക്കുറിച്ച് സാംസ്കാരികകേരളത്തിന്റെ പ്രതികരണങ്ങൾക്കായി എഴുത്തുകാരായ കുറെ മിത്രങ്ങളെ ഞാൻ സമീപിച്ചിരുന്നു. മിക്കവരും ഒരൊറ്റ സ്വരത്തിലാണ് ഹൃദയഭേദിയായ ഈ ജനാധിപത്യഹിംസയോട് പ്രതികരിച്ചത്. ചിലർ സമർത്ഥമായി ഒഴിഞ്ഞുമാറി. മൗനംകൊണ്ട് അശ്ലീലം കാണിച്ചു. പാർട്ടിയോട് നിർല്ലജ്ജം കൂറു പ്രഖ്യാപിച്ചുകൊണ്ട് സ്വയം മനുഷ്യരല്ലെന്ന് തെളിയിച്ച ചില എഴുത്തുമിത്രങ്ങളുടെ മുൻപിൽ ഹൃദയം തോറ്റുപോയി.

ബാലചന്ദ്രൻ ചുള്ളിക്കാട് പ്രതികരിക്കാനല്ല കരയാനാണ് ഇഷ്ടപ്പെടുന്നതെന്ന് പറഞ്ഞു. ജനം സ്വയം രക്ഷിക്കട്ടെയെന്നാണ് കടുത്ത ആത്മരോഷത്തോടെ അദ്ദേഹം കൂട്ടിച്ചേർത്തത്. ജനാധിപത്യത്തിന്റെ പുറംകുപ്പായമണിഞ്ഞ നാടുവാഴിമാടമ്പികളുടെ കണ്ണിൽച്ചോരയില്ലാത്ത ആസുരതകൾക്കു മുമ്പിൽ ഭയന്നുവിറച്ചിരിക്കുന്നതിനാൽ പ്രതികരിക്കുന്നില്ല എന്നദ്ദേഹം പറയുമ്പോൾ, നിസ്സഹായരായ ജനത്തിന്റെ മുഴുവൻ പേടിയും കുറ്റബോധവും സ്വയം വരിച്ച് ആത്മാവിനെ കുരിശേറ്റുകയായിരുന്നു ബാലചന്ദ്രൻ.

കൊല ചെയ്തവരെയും കൊല്ലിച്ചവരെയും സാമാന്യബുദ്ധിയുള്ള മലയാളികൾക്കെല്ലാം അറിയാമായിരുന്നിട്ടും രക്തസാക്ഷിയായവനെപ്പോലും പുച്ഛിച്ചുകൊണ്ട് പ്രേതതുല്യമായ മുഖഭാവത്തോടെ ധാർഷ്ട്യത്തോടെ ആക്രോശിക്കുന്ന രാഷ്ട്രീയമാടമ്പികളെ മാധ്യമങ്ങൾ കാണിച്ചുതന്നപ്പോഴാണ് ഞാൻ യഥാർത്ഥത്തിൽ കരഞ്ഞുപോയത്. ഒരേ രാഷ്ട്രീയാദർശങ്ങൾക്കൊപ്പം ഒരുമിച്ചു കൈകോർത്തു ജീവിച്ച ഒരു മനുഷ്യനെ, അയാൾ വിയോജിക്കുന്നു എന്നതിന്റെ പേരിൽ, ഒറ്റ രാത്രിയിൽ വകവരുത്തുവാൻ [illegible] ഈ [illegible], പൈശാചികതയ്ക്ക് ഇനി മറ്റെന്തു വിശേഷണം? കൊല്ലിച്ചവരുടെ മനസ്സിൽ എത്രതവണ ആ കൊല അരങ്ങേറിയിട്ടുണ്ടാകുമെന്നറിയുമ്പോൾ ചങ്കുലയുന്നു. വിയോജനങ്ങളുന്നയിക്കുന്നവരെ അവരുടെതന്നെ ചോരയിൽ തുടച്ചുമായ്ക്കുമ്പോൾ എവിടെനിന്നെല്ലാമാണ് കൊലച്ചിരികൾ മുറുകുന്നത്? കുറച്ചുകൊല്ലങ്ങൾക്കുമുമ്പ് ജയകൃഷ്ണൻ മാഷെ വിദ്യാർത്ഥികളുടെ മുന്നിലിട്ട് ക്ലാസ്മുറിയിൽ വെട്ടിമുറിച്ചു കൊന്നതിന് ന്യായീകരിച്ചവരിൽ ടി.പിയും ഉണ്ടായിരുന്നിരിക്കുമല്ലോ എന്നു ഞാൻ ഭയപ്പെടുന്നു. പാർട്ടിക്ക് വിശ്വസ്തനായിരുന്ന ടി.പി. അവരുടെ അറുംകൊലകൾക്കും സിന്ദാബാദ് വിളിച്ചിരിക്കാൻ നിർബന്ധിതനായിരുന്നിരിക്കും. ഒരുപക്ഷേ, അത്തരം നീചരാഷ്ട്രീയത്തെയും പ്രത്യയശാസ്ത്രവ്യതിയാനങ്ങളെയും മാടമ്പിനേതൃത്വത്തേയും തള്ളിപ്പറഞ്ഞുകൊണ്ടുകൂടിയായിരിക്കുമല്ലോ ടി.പി. പാർട്ടി വിട്ടുപോന്നത്.

കക്ഷിരാഷ്ട്രീയത്തിന് അതിന്റെ രാഷ്ട്രീയത ചോർന്നുപോകുമ്പോഴാണ് ആന്തരിക ജീർണതയെ പിളർത്തി കൊലക്കത്തികൾ കുത്തിക്കീറി പൊന്തിവരുന്നത്. രാഷ്ട്രീയമെന്നാൽ അന്തകൻപോരാകുന്നത് ഇങ്ങനെ. വിയോജിപ്പിനുള്ള സർഗ്ഗാത്മകതയില്ലെങ്കിൽ സ്വാതന്ത്ര്യം എവിടെയാണ്? ജനാധിപത്യം എവിടെയാണ്? കമ്മ്യൂണിസം എവിടെയാണ്?

ടി.പി.യുടെ കൊലപാതകം ഒരു രാത്രിയുടെ ഇരുൾമറവിൽ സംഭവിച്ച യാദൃച്ഛികതയൊന്നുമല്ലല്ലോ. നോക്കിനോക്കിയിരിക്കെ, പറഞ്ഞുപറഞ്ഞിരിക്കെ അതു സംഭവിച്ചു. ഭാര്യയ്ക്കും മകനും അതറിയാമായിരുന്നു. സഖാക്കൾക്കും ഓഞ്ചിയം ഗ്രാമത്തിന്റെ ഒറ്റയടിപ്പാതകൾക്കുമെല്ലാം അതറിയാമായിരുന്നു. രാഷ്ട്രീയപകപോക്കലുകളുടെ രക്തപങ്കിലമായ ചരിത്രം ഒറ്റപ്പാർട്ടിയിൽ മാത്രം ഒതുക്കി പരിശോധിക്കേണ്ട കാര്യമല്ല. അധികാരരാഷ്ട്രീയം ഒരു അസംബന്ധ ദുരന്തനാടകത്തിന്റെ അവസാനരംഗം ഇങ്ങനെയൊക്കെ തന്നെയാണ് തിരശ്ശീല കീറി ആവിഷ്കരിക്കുക. ഇതൊരർത്ഥത്തിൽ പുരുഷരാഷ്ട്രീയത്തിന്റെ കൂടി അനിവാര്യ ദുരന്തമാണ്. ഈ ആസുരതകളെ നോക്കി ശപിക്കണോ കരയണോ എന്നറിയാതെ ടി.പി. ചന്ദ്രശേഖരന്റെ ഭാര്യ പറഞ്ഞുവല്ലോ. കൊന്നാലും തന്റെ ഭർത്താവിനെ തോൽപ്പിക്കാനാവില്ലെന്ന്. അകം പൊള്ളയായിപ്പോകുന്ന രാഷ്ട്രീയം അതിന്റെ പ്രേതരൂപങ്ങളിൽ പകർന്നാടുന്നത് കൊലക്കത്തികൊണ്ട് തലവെട്ടിപ്പൊളിച്ചുകൊണ്ടുതന്നെയാണ്. കക്ഷിരാഷ്ട്രീയത്തിന്റെയും ജാതിമതത്തിന്റെയും വാളുകൾകൊണ്ട് വെട്ടിമുറിച്ചിടാത്ത ഒരു രാഷ്ട്രീയസ്വപ്നം പൂർണമായി അസ്തമിച്ചുവെന്ന് എങ്ങനെ സമ്മതിച്ചുകൊടുക്കും? അതിനു തെളിവൊന്നുമില്ലെങ്കിലും.

അതിവേഗം അഴുകിച്ചീയുന്ന നമ്മുടെ രാഷ്ട്രീയസമൂഹത്തെയും മതസമൂഹത്തെയും തിരുത്തുവാനുള്ള ഒരു പൊതുസമൂഹത്തിന്റെ വളർച്ചയില്ലായ്മയ്ക്കു മുമ്പിലാണ് ആകുലപ്പെടേണ്ടതും പേടിക്കേണ്ടതെന്നും തോന്നുന്നു.

സഹജീവനത്തിന്റെ മൂല്യസമൃദ്ധിയും ഭൂമിരാഷ്ട്രീയത്തിന്റെ സ്വതന്ത്രഭാവനയും ബദൽ ജീവിതസാധ്യതകളും ഭാവിയിലേക്കു വിതറേണ്ട സ്വപ്നത്തിന്റെ വിത്തുകളും നമുക്ക് നെഞ്ചിൽ മുളപ്പിച്ചെടുക്കണമെന്നൊരു ദൃഢനിശ്ചയത്തിന് ഈ ചോരക്കലിക്കൊരു പ്രത്യുത്തരമുണ്ട്.

പൂവിലൊളിച്ച കാട്ടുമൃഗങ്ങളുടെ മുരൾച്ചകളെക്കുറിച്ച അഡോണിസിന്റെ വരികളിൽത്തന്നെ ഞാനിതെഴുതി നിർത്തട്ടെ.

■

പൂരനടത്തം ഓർമ്മവഴികളിൽ

ഈ ഭൂമിയിലെ ഏറ്റവും അഭിരാമമായ ഉത്സവക്കാഴ്ച എന്നൊക്കെയാണ് തൃശൂർപൂരം ആഗോളതലത്തിൽ വിശേഷിപ്പിക്കപ്പെട്ടിട്ടുള്ളത്. ഒരു നഗരം മുപ്പതുമണിക്കൂർ സർവ്വചമയസൗന്ദര്യങ്ങളും വാരിവലിച്ചുടുത്ത് വിസ്മയഭൂപടത്തിന്റെ ചുരുൾ നിവർത്തുകയാണ് പൂരദിനത്തിൽ. വളരെ കൃത്യതയോടെ കണിശത്തോടെ ആസൂത്രണം ചെയ്യപ്പെട്ടിട്ടുള്ള പതിനായിരങ്ങളെ സാക്ഷികളാക്കിക്കൊണ്ടുള്ള ഇതുമാതിരിയുള്ള ഉത്സവക്കാഴ്ച ലോകത്തിൽ മറ്റൊരിടത്തും ഉണ്ടാകാനിടയില്ല.

ആഴ്ചകൾക്കുമുമ്പേ അകലങ്ങളിൽ കേൾക്കുന്ന കതിനവെടികളാണ് പൂരത്തെ നഗരത്തിലേക്ക് കൊണ്ടുവരുന്നത്. പിന്നീട് ശബ്ദങ്ങൾ കാഴ്ചകളിലേക്ക് രൂപാന്തരപ്പെടും. നഗരത്തിന്റെ ഇടവഴികളിലൂടെ പിന്നെ ആനകളുടെ നടത്തങ്ങളാണ്. ഗന്ധങ്ങളും രുചികളുമായി പൂരമങ്ങനെ നടന്നു കയറിവരും. വടക്കുംനാഥനെ പ്രദക്ഷിണം ചെയ്യുന്ന സ്വരാജ് റൗണ്ട് കാൽനടയാത്രക്കാർ പൂരദിനത്തിൽ സ്വാതന്ത്ര്യത്തോടെ ഏറ്റെടുക്കും. അതുവരെയും ചീറിപ്പായുന്ന വാഹനങ്ങൾ മാത്രമായിരുന്നു ആ പ്രദക്ഷിണവഴി. പൂരദിവസം ആ വഴി നടക്കുന്നവർക്കുമാത്രമുള്ളതാണ്. എങ്ങനെയും നടക്കാം. തിരക്കുകൾക്കുള്ളിൽ തമാശ പറഞ്ഞും കാഴ്ചകൾകണ്ടും കുഞ്ഞുങ്ങളെ തോളത്തിരുത്തിയും രുചികളാസ്വദിച്ചുമുള്ള തമാശ പറഞ്ഞും കാഴ്ചകൾ കണ്ടും സ്വതന്ത്രമായ നടത്തമാണ് എനിക്ക് പൂരം നൽകുന്ന ഏറ്റവും വലിയ ആനന്ദം. എല്ലാ ഇന്ദ്രിയങ്ങളും കുലയ്ക്കുകയും വിരിയുകയും ചെയ്യുന്ന അനുഭൂതികളുടെ ആനന്ദോത്സവമായി പൂരം മാറും.

കഴിഞ്ഞ അരനൂറ്റാണ്ടുകാലത്തെ ഓർമ്മകളുണ്ട് എനിക്ക് പൂരത്തെക്കുറിച്ച് പറയുവാൻ. കുട്ടിക്കാലങ്ങളിലെ പൂരാനുഭവങ്ങളാണ് ഒളിമങ്ങാതെ തിളങ്ങുന്നത്. അയ്യന്തോൾ ഓഫീസേഴ്സ് ക്വാർട്ടേഴ്സിലാണ് ചെറിയ കുട്ടിയായിരുന്നപ്പോൾ താമസിച്ചിരുന്നത്. അക്കാലങ്ങളിൽ പൂരപ്പറമ്പിലേക്ക് രാവിലെതന്നെ മുതിർന്നവരുടെ കൈ പിടിച്ച് നടത്തം തുടങ്ങും. അമ്മ പൊതിഞ്ഞുതരുന്ന ഭക്ഷണപ്പൊതികളും ഉണ്ടാകും. അഞ്ചുവയസ്സുകാരന്റെ കണ്ണുകളിലും കാതുകളിലും രുചികളിലുമെല്ലാം പൂരം വലിയ വിസ്മയങ്ങളാകും. മേളപ്പെരുക്കങ്ങൾക്കിടയിലൂടെ എന്റെ ചെറിയ കാലുകൾ തുള്ളിച്ചാടിയത് പൂരപ്പറമ്പിലെ മറ്റു കാഴ്ചകളിലേക്കായിരുന്നു.

എഴുന്നള്ളത്തും അതിനുമുമ്പിലെ നാദഗോപുരങ്ങളും ശ്രദ്ധിക്കാതെ കുരങ്ങുകളിക്കാരും കൈനോട്ടക്കാരും തെരുവഭ്യാസികളും ബലൂൺ വില്പനക്കാരും അവർക്കിടയിലൂടെ ദാഹിക്കുമ്പോൾ സംഭാരം കുടിച്ചും പലതരും പീപ്പികൾ വലിച്ചൂതിയും അങ്ങനെ നടക്കും. അന്ന് കാതിലിരമ്പിയ ശബ്ദങ്ങളും ആരവങ്ങളും ഇന്നും മാഞ്ഞുപോയിട്ടില്ല. അന്നുനുണഞ്ഞ പൂരപ്പലഹാരങ്ങളുടെ രുചികളും നാവിലിപ്പോഴുമുണ്ട്.

ഒരിക്കൽ പൂരപ്പറമ്പിലേക്കുള്ള നടത്തത്തിനിടയിൽ പടിഞ്ഞാറേകോട്ടയിൽ വെച്ച് ദാരുണമായൊരു കാഴ്ച കണ്ടു. അതിലും ഭയാനകമായൊരു കാഴ്ച പിന്നെ ജീവിതത്തിൽ കണ്ടിട്ടില്ല. പൂരം കാണാനുള്ള ഒഴുക്കിനിടയിൽവെച്ചാണ് കടത്തിണ്ണയിൽ രണ്ടുപേർ അടികൂടുന്നത് കണ്ടത്. നല്ലവണ്ണം മദ്യപിച്ചിട്ടുണ്ടായിരിക്കും. ഒരാൾ ഒരു സോഡാ കുപ്പി തകർത്ത് മറ്റേയാളുടെ കഴുത്ത് അറുത്തു. ഞങ്ങൾക്കുമുമ്പിൽ പിടഞ്ഞുവീണു മരിച്ചു. അഞ്ചു വയസ്സുകാരന്റെ കണ്ണുകൾക്ക് ഇത്രയും ഭീതിദമായ കാഴ്ച താങ്ങാനായില്ല. പൂരം കാണാതെ പേടിച്ച് വീട്ടിലേക്ക് തിരിച്ചോടി. ആഴ്ചകൾ പനിപിടിച്ച് കിടന്നു. പിന്നെ പൂരം ഒരു കലങ്ങിയ കാഴ്ചയായി കുറേ വർഷങ്ങൾ എന്നെ വിറപ്പിക്കുമായിരുന്നു.

ചോരച്ച ആ ഓർമ്മകൾ മാഞ്ഞുതുടങ്ങിയപ്പോഴാണ് മറ്റൊരു പൂരദുരന്തത്തിന് ഞാൻ ദൃക്സാക്ഷിയായത്. വെടിക്കെട്ടിനിടയിൽ ലക്ഷ്യം തെറ്റി ചില വാണങ്ങൾ സി.എം.എസ്. സ്കൂളിനു മുമ്പിലുള്ള ആൾക്കൂട്ടത്തിലേക്ക് പാഞ്ഞുകയറി. കുറച്ചുപേർ തൽക്ഷണം മരിച്ചു. ആ ദാരുണസംഭവം നടന്നതിന്റെ തൊട്ടടുത്തുള്ള നടുവിലാലിലെ കറന്റ് ബുക്സിനു മുമ്പിൽ ഞങ്ങൾ വെടിക്കെട്ട് കാണുന്നുണ്ടായിരുന്നു. അന്നുകേട്ട നിലവിളികളും മുറവിളികളും പിറ്റേന്നു രാവിലെ കണ്ട കത്തിക്കരിഞ്ഞ് റോഡിൽ ചിതറിക്കിടക്കുന്ന ശരീരഭാഗങ്ങളും പൂരമെനിക്ക് നടുക്കുന്ന ഓർമ്മയായി.

പൂരത്തെക്കുറിച്ച് ഓർക്കുമ്പോൾ വർണത്തിളക്കമുള്ള അതിശയസൗന്ദര്യങ്ങൾ ഏറെ പറയാനുണ്ട്. എന്നാൽ അതോടൊപ്പം പൂരാനുഭവങ്ങളെ മുഴുവൻ വിരൂപമാക്കുന്ന ചില കാഴ്ചകളുമുണ്ട്. കൃത്രിമമായി തിരക്കുണ്ടാക്കി ഗ്രാമങ്ങളിൽ നിന്നെല്ലാം കാഴ്ചക്കാരായി എത്തുന്ന പെണ്ണുങ്ങളെ ഞെരുക്കി അപമാനിക്കുന്ന പെൺപിടുത്തക്കാരുടെ അതിക്രമങ്ങളാണ് ഏറ്റവും സങ്കടകരം. പിന്നെ മോഷ്ടാക്കളുടെയും.

പൂരം കാണാൻ ഒരു വർഷം വീട്ടിൽ അതിഥികളായി വന്നത് തകഴിയും മുണ്ടശ്ശേരിമാഷുമാണ്. അപ്പച്ചന്റെ സുഹൃത്തുക്കളാണവർ. അവർക്കൊപ്പം പൂരപ്പറമ്പിൽ തെണ്ടിനടന്നതോർക്കുന്നു. പിന്നീട് ബാലചന്ദ്രൻ ചുള്ളിക്കാടും അയ്യപ്പനും നരേന്ദ്രപ്രസാദും പൂരമാസ്വദിക്കാൻ മാത്രമായി വീട്ടിൽ വന്നു. ഞങ്ങളൊരുമിച്ച് രാത്രിപൂരവും വെടിക്കെട്ടും പൂരപ്പറമ്പിലിരുന്നുകൊണ്ട് തന്നെ ഉറക്കക്ഷീണത്തോടെ കണ്ടതോർക്കുന്നു.

ഒരു വർഷത്തെ പൂരം ഞാൻ തൃശൂർ ജില്ലാ ആശുപത്രിയിലെ പഴയ ലയൺസ് വാർഡിൽ വെച്ചാണ് കേട്ടുതീർത്തത്. കുഞ്ഞുണ്ണിമാഷ് രോഗിയായി അവിടെ ഉണ്ടായിരുന്നു. മാഷെ പരിചരിക്കാൻ ഞാനും. പൂരദിവസം മാഷുടെ മുറിയിൽ വെടിക്കെട്ടിന്റെ ശബ്ദോത്സവത്തിൽ തരിച്ചിരുന്നു.

പൂരത്തിന്റെ വലിപ്പമാണ് അതിന്റെ വിസ്മയമെന്ന് കുറിയ ശരീരമുള്ള കുഞ്ഞുണ്ണിമാഷ് വിസ്മയിച്ചുപറഞ്ഞതോർക്കുന്നു.

പൂരത്തിന്റെ സ്ഥിരംകാഴ്ചകൾ എനിക്കിപ്പോൾ മടുത്തുതുടങ്ങി. അതിന്റെ കൃത്രിമമായ ചിട്ടകളും ചടങ്ങുകളും എനിക്ക് ആവേശം പകരുന്നില്ല. രാവിലെ പതിനൊന്ന് മണിക്ക് മഠത്തിൽ നിന്നുള്ള വരവ്. പന്ത്രണ്ടരമണിക്ക് വടക്കുംനാഥനു മുമ്പിലുള്ള പാണ്ടിമേളം. ഉച്ചയ്ക്ക് രണ്ടര മണിക്ക് ക്ഷേത്രത്തിനുള്ളിലെ ഇലഞ്ഞിത്തറമേളം. അഞ്ചരമണിക്ക് കുടമാറ്റം. വെളുപ്പിന് മൂന്നുമണിക്ക് വെടിക്കെട്ട്. പിറ്റേന്ന് രാവിലെ പത്തുമണിക്ക് പകൽപ്പൂരം. എന്നിങ്ങനെ മുൻകൂട്ടി ക്രമീകരിച്ച് ആസൂത്രണം ചെയ്യുന്ന പൂരപ്പരിപാടികൾ ഉത്സവത്തിന്റെ ഒരു ഫോട്ടോസ്റ്റാറ്റ് ആവർത്തനമായി എന്നെ മടുപ്പിക്കുന്നുണ്ട്. അത്തരം സമയക്രമങ്ങളുടെ എതിർദിശയിലൂടെയാണ് എന്റെ ഇപ്പോഴത്തെ പൂരയാത്രകൾ. പൂരം അരങ്ങേറുന്ന പ്രധാനരംഗങ്ങളെ ഒഴിവാക്കിയുള്ള തേക്കിൻകാടിന്റെ ഇടനാഴികളിലൂടെയാണ് ഇപ്പോഴത്തെ നടത്തം. പൂരത്തിന്റെ ചിതറിയ കാഴ്ചകൾ, കുട്ടികൾക്കൊപ്പമുള്ള ഉല്ലസിച്ചുള്ള നടത്തങ്ങൾ.

രണ്ടുമൂന്നു വർഷമായി മറ്റൊരുതരം പൂരക്കാഴ്ച എന്നെ ആകർഷിക്കുന്നുണ്ട്. ഇതര സംസ്ഥാന തൊഴിലാളികൾ പൂരത്തെ സ്വന്തമാക്കുന്ന വിചിത്രമായ രീതികളാണ് എന്നെ ഇപ്പോൾ കൗതുകം കൊള്ളിക്കുന്നത്. നാട്ടുകാരേക്കാൾ ഇവർക്കാണിപ്പോൾ പൂരക്കമ്പം. ബീഹാറികളും ബംഗാളികളും ആസാമികളും ഒറീസക്കാരും കൂട്ടത്തോടെ കാണുന്ന അദ്ഭുതക്കാഴ്ചകൾ. ആനകളെ തൊട്ടുഴിഞ്ഞും മേളത്തിരക്കിൽ കൈകളാകാശത്തേക്ക് ഉയർത്തി താളം പിടിച്ചും ചുവടുവെച്ചും അവർ പൂരത്തിന്റെ കേരളീയതയെ അനുഭവിക്കുകയാണ്.

പൂരപ്പറമ്പിന്റെ പടിഞ്ഞാറേ അതിരുകൾ സ്വന്തമാക്കിയെടുത്ത സ്ഥിരം ചീട്ടുകളിക്കാർ പൂരബഹളത്തിലും ആ വിനോദം നിർത്തിവെക്കാതെ തുടരുന്നതു കാണാം. പുരുഷാരത്തിനുള്ളിലെ തിരക്കിലും ബഹളങ്ങൾക്കുമിടയിൽ തല മുണ്ഡനം ചെയ്ത് പൊലീസുകാർ പറഞ്ഞുവിട്ട ലൈംഗിക തൊഴിലാളികൾ പടിഞ്ഞാറെ ആൽമരത്തറകൾ സ്വന്തമാക്കിയിരിക്കുന്നത് കാണാം. ആകെക്കൂടി നല്ല രസമാണ്, പൂരത്തിന്റെ പകൽ-രാത്രി നടത്തങ്ങൾക്ക്.

മതാനുഷ്ഠാനങ്ങൾ ഇത്രയേറെ നേർപ്പിച്ച് മതേതരസൗന്ദര്യമാക്കുന്ന ക്ഷേത്രമുറ്റത്തുള്ള ഉത്സവങ്ങൾ ഒരിടത്തും ഇല്ലെന്നുതന്നെ പറയാം. തൃശൂരിനെ ഒരു മഹാനഗരമാക്കാതിരുന്നതിന്റെ പ്രധാന കാരണവും നഗരമദ്ധ്യത്തിലെ ഈ പൂരാഘോഷമാണെന്ന് തോന്നിയിട്ടുണ്ട്. തൃശൂർ എല്ലായ്പ്പോഴും എല്ലാവർക്കും ഒരു വലിയ ഗ്രാമാനുഭവമാണ്. ലളിതസുഭഗമായ പെരുമാറ്റങ്ങളുടെ ഒരു ഗ്രാമമാണ് ഇന്നും തൃശൂർ. പൂരമാണ് ആ നൈസർഗ്ഗികതയിൽ തൃശൂരിനെ നിലനിർത്തുന്നത്.

കാൽനടക്കാരുടെ സ്വാതന്ത്ര്യമാണ് തൃശൂർപൂരത്തിന്റെ ശരിക്കുമുള്ള ആനന്ദം. സ്വരാജ്റൗണ്ടിലൂടെയും പൂരപ്പറമ്പിലൂടെയും തലങ്ങും വിലങ്ങും യഥേഷ്ടം നടക്കാൻ, കുട്ടിക്കാലത്തെപ്പോലെ കെട്ടിമറിഞ്ഞു നടക്കുവാൻ കാലമേറെ കഴിഞ്ഞിട്ടും ഒരു നഗരവാസിയായ എനിക്ക് പൂരം നൽകുന്ന ആനന്ദവും സ്വാതന്ത്ര്യവും കുറച്ചൊന്നുമല്ല.

ആത്മപ്രഭയുള്ള പെൺകുട്ടി

അബ്സീനയും ജോസഫും വീട്ടിൽ വന്നു. കുറച്ചു ദിവസങ്ങൾ. പക്ഷേ ഒരു ജന്മത്തിൽ അനേക ജന്മങ്ങൾ ജീവിച്ച വിസ്തൃതിയും ആഴവും ആ ദിവസങ്ങൾക്കുണ്ടായിരുന്നു. പകൽ മണ്ണിൽ കിളച്ചു. പച്ചക്കറികളുടെ ധാരാളം വിത്തുകൾ വിതച്ചു. തൈകൾ നട്ടു. ചാണകപ്പൊടി വിതറി. വെള്ളമൊഴിച്ചു. തൂമ്പയും കൈക്കോട്ടും വാങ്ങി തോളിൽ വെച്ചു നടന്നു. ഞാനും അവർക്കൊപ്പം ഒഴിഞ്ഞുകിടന്ന മണ്ണിലെല്ലാം വിയർപ്പ് നനഞ്ഞു.

വിത്തുകളെക്കുറിച്ചാണ് ഞങ്ങൾ സംസാരിച്ചുകൊണ്ടിരുന്നത്. തൃശൂരിൽ ഗാന്ധിവർത്തമാനങ്ങളുടെ ഒരു ശില്പശാലയിൽ പങ്കെടുക്കാനാണവർ വന്നത്. ഗാന്ധിജിയോടൊപ്പം ജീവിതം മുഴുവൻ ചെലവഴിച്ച നാരായണൻ ദേസായി, ദലൈലാമയുടെ ശിഷ്യനും ടിബറ്റൻ സന്ന്യാസിമാരുടെ ആദ്യത്തെ പ്രവാസിസർക്കാരിന്റെ പ്രധാനമന്ത്രിയുമായ റിൻ പോച്ചെ, ഇന്ത്യയിലെ പല ഭാഗത്തുനിന്നും വന്ന ചെറുപ്പക്കാർ, വിദ്യാർത്ഥികൾ, ആക്ടിവിസ്റ്റുകൾ. ആ കൂട്ടായ്മയിൽ ജീവിതത്തിനുള്ളിൽ മറ്റൊരു ജീവിതം നിറയുകയായിരുന്നുവെന്ന് അബ്സീന പറഞ്ഞു.

നമ്മുടെ മണ്ണിൽനിന്നും വിത്തുകൾ അപഹരിക്കപ്പെടുന്നതിന്റെ ദാരുണതകൾ അവളുടെ മുഖത്തുണ്ടായിരുന്നു. അന്തകൻവിത്തുകൾ നാട്ടിലാകെ വിതറിക്കഴിഞ്ഞിരുന്നു. തടുക്കാൻ കഴിയാത്തവിധം മൾട്ടി നാഷണലുകൾ നാടൻവിത്തുകളിൽ പ്രത്യേകിച്ച് പരുത്തിക്കുരുവിലും ചോളവിത്തിലും പൂർണമായി പന്നിയുടെ പലജാതി മൃഗങ്ങളുടെയും ജീനുകൾ കുത്തിവെച്ചുകഴിഞ്ഞു. ജനിതകമാറ്റം വരുത്തിയ വിത്തുകളുണ്ടാക്കുന്ന ഭാവിദുരന്തങ്ങളെക്കുറിച്ച് പറഞ്ഞുപറഞ്ഞാണ് ജോസഫും അബ്സീനയും എന്റെ വീട്ടുമുറ്റത്തുള്ള തൊടികളിലെല്ലാം വല്ലാത്ത വേദനയും സ്വപ്നവും നിറച്ച് തടങ്ങൾ കോരിയത്. ഞാനും അവർക്കൊപ്പം വിയർത്തു. പരുത്തി മഹാത്മാഗാന്ധിക്ക് സാമ്രാജ്യത്തിനെതിരായ ആയുധമായിരുന്നു. എന്നാൽ ഇന്ന് പരുത്തിയുടെ വിത്തുകൾക്കുള്ളിൽ പന്നിയുടെ ജീൻ കയറ്റി വിഷലിപ്തമാക്കിക്കഴിഞ്ഞു. ജനിതക മാറ്റം വരുത്തിയ വിത്തുകൾക്കെതിരെ കവിത കുറുഗന്തി എന്ന

പെൺകുട്ടി ദേശവ്യാപകമായി നടത്തുന്ന പ്രക്ഷോഭണത്തിൽ ചേരണമെന്നവൾ പറഞ്ഞു. വിത്തുകുത്തകകളെ പൊളിക്കണം. ഏതൊരു സസ്യവും ഏതൊരു മൃഗവും മറ്റൊരു സസ്യവുമായി സങ്കലനം ചെയ്യുന്ന മൾട്ടിനാഷണലുകളുടെ ബയോടെക്നോളജി സാങ്കേതികവിദ്യയെക്കുറിച്ച് അബ്സീന പൂരപ്പറമ്പിലിരുന്ന് വൈകുന്നേരം ഞങ്ങൾക്കൊരു ക്ലാസെടുത്തു. ഇന്ത്യയിൽ പരുത്തികൃഷിയുടെ മുഴുവൻ കുത്തകാധികാരം മൊൺസാന്റോ കമ്പനി ഏറ്റെടുത്തുകഴിഞ്ഞു.

പുസ്തകങ്ങളിൽനിന്നും എഴുന്നേറ്റുവരുന്ന ഏട്ടിലെ പശുക്കൾക്കൊപ്പമായിരുന്നു എന്റെ ഇതുവരെയുള്ള ജീവിതം. ആശയങ്ങളുടെ നിഴൽയുദ്ധങ്ങൾ അവസാനിപ്പിക്കുവാനുള്ള നേരമെല്ലാം വൈകിപ്പോയല്ലോ എന്ന ഉൽക്കണ്ഠ നെഞ്ചിൽ പെരുകുന്നുവല്ലോ.

അബ്സീന ഒരു ആയുർവേദ ഡോക്ടറാണ്. മൈസൂരിലെ ഒരു കുഗ്രാമത്തിൽ ഗ്രാമീണർക്കൊപ്പം ചേർന്നൊരു വൈദ്യശാലയുണ്ടാക്കി. ഒരു ബോർഡ് പോലും തൂക്കിയിട്ടില്ല. ആ ഗ്രാമം അവളെ ഒരു മകളെപ്പോലെ സ്നേഹിച്ചു, സംരക്ഷിച്ചു. മധ്യവർത്തികളില്ലാതെ കൃഷിക്കാർക്ക് തങ്ങൾ വിളയിച്ചത് നേരിട്ട് ഗ്രാമീണർക്കെത്തിക്കാം. അബ്സീനയുടേത് ഒരു വിചിത്രസൗന്ദര്യമുള്ള വ്യക്തിത്വം. അവളുടെ മുത്തശ്ശിയാണ് അവൾക്ക് ജനവൈദ്യത്തിന്റെ നാട്ടുനന്മകളത്രയും പറഞ്ഞുകൊടുത്തത്. അവൾക്കുള്ളിലൊരു ഈശ്വരവിളി കേൾപ്പിച്ചത്. അവൾ വിശുദ്ധയാകാൻ തീരുമാനിച്ചത്. കുട്ടിക്കാലം അവൾക്കൊരു പുതിയ സന്ദേശമെത്തിച്ചു. അവളെ പരിചയപ്പെട്ടവരെല്ലാം പറയും, ഞാനും പറയും അവളിലൊരു മിസ്റ്റിക് ഉണ്ടെന്ന്. തൊടുന്നതും ഉച്ചരിക്കുന്നതുമെല്ലാം കഴുകി വെടിപ്പാക്കിയ വാക്കുകളിൽ, അനുഭവങ്ങളുടെ ഉറവുകളിൽനിന്നു വരും പോലെ. ഇദം മമ നമഃ എന്ന് യജ്ഞത്തിൽ ഒരു പ്രാർത്ഥനയുണ്ടല്ലോ. അത് എനിക്കുള്ളതല്ല. അഗ്നിക്കുള്ളതാണ്. നേടുന്നതിലല്ല നൽകുന്നതിലാണ് മഹാശയത്വമെന്നറിയുന്നവരെ നാം ജ്ഞാനികൾ എന്നു വിളിക്കണം.

ജേതവനത്തിൽ ചെമ്പരത്തിപ്പൂവുകൊണ്ടും മുല്ലപ്പൂവുകൊണ്ടും അവൾ ചായയുണ്ടാക്കി. മസാലക്കൂട്ടുകളൊന്നുമില്ലാതെ ആഹാരത്തിന്റെ യഥാർത്ഥ രുചി അറിയിച്ചു. ഒരു കഷണം കരുപ്പട്ടിയും നാരങ്ങയുംകൊണ്ട് എത്രതരം മധുരരുചികൾ. അടുക്കളയെ രുചിയുടെ ഒരു ദേവാലയമാക്കുമ്പോൾ എന്റെ മക്കൾ ഉത്സാഹപൂർവ്വം അവൾക്കൊപ്പം കൂടി.

ഒരു ചെറുപൂവുകൊണ്ട് തോട്ടമുണ്ടാക്കുന്ന വിദ്യ അവൾ പഠിപ്പിച്ചു. ചിലതിനെ മതി എന്നു പറഞ്ഞാൽ നാം കൂടുതൽ ധനികരാകും. സമൃദ്ധിക്ക് പിന്നിലൊരു പാപമുണ്ടെന്ന് നാമറിയുന്ന നിമിഷങ്ങൾ. ഗാന്ധി എവിടെയോ വെച്ച് ഒരു ചെറിയ തോർത്തിൽ ജീവിതത്തെ ഒതുക്കി മനോഹരമാക്കിയ കഥ അവൾ പങ്കുവെച്ചു.

അബ്സീനയുടെ യാത്രകളാണ് എന്നെ ഏറ്റവും വിസ്മയിപ്പിച്ചത്. ജീവന്റെ ആയുർരേഖകൾ തേടി അവൾ ഇന്ത്യ മുഴുവൻ അലഞ്ഞിട്ടുണ്ട്

ഒറ്റയ്ക്ക്. ജൈനന്മാരുടെയും ആദിവാസികളുടെയും കൂടെയിരുന്ന് പഠിച്ചു. പച്ചിലകളുടെയും വേരുകളുടെയും ഭൂമിപാഠങ്ങൾ ഹൃദിസ്ഥമാക്കി. ആയുർവേദത്തിന്റെ ആധികാരികത അതിന്റെ ജൈവസമൃദ്ധിയാണെന്നറിഞ്ഞു. അതേക്കുറിച്ച് തൃശൂരിലെ കുറെ ആയുർവേദ ഡോക്ടർമാരുടെയും വിദ്യാർത്ഥികളുടെയും സത്സംഗമത്തിൽ സംസാരിച്ചു. എല്ലാവർക്കും അദ്ഭുതമായിരുന്നു അബ്സീനയെന്ന മുസ്ലീംപെൺകുട്ടി. ഞാൻ കെ.ജി.എസ്സിനും വീട്ടുകാർക്കും അവളെ പരിചയപ്പെടുത്തി.

അബ്സീന ഹിമാലയത്തിൽ ഔഷധസസ്യങ്ങൾ തേടി ആറുമാസം അലഞ്ഞിട്ടുണ്ട് ഒറ്റയ്ക്ക്. ഹിമാലയൻ ഭൂപ്രകൃതിയിലൂടെയും സന്ന്യാസിമാരിലൂടെയും ആ മുസ്ലീം പെൺകുട്ടിയുടെ സാഹസികയാത്രാനുഭവങ്ങൾ എനിക്കു തുറന്നുതന്നത്, എളുപ്പമൊന്നും പറഞ്ഞുതീർക്കാനാവാത്തതാണ്. പല ജീവിതശൈലികളിലെ ഗുരുക്കന്മാരുടെ പുണ്യങ്ങളാണ് അവളുടെ ദിനചര്യകളെ ഇത്രമേൽ വിശുദ്ധമാക്കുന്നതെന്ന് ഞാൻ അറിഞ്ഞു. രോഗപീഡിതനായ ഒരാളെ തൊടുമ്പോൾ ഒരു പീഡിത ലോകത്തെ മുഴുവനുമാണ് ശുശ്രൂഷിക്കുന്നത്. അത്രമാത്രം തന്റെ ചികിത്സയിലവൾ ഭൂമിയെ തൊട്ടു. ആയുർവേദം പഠിക്കുന്ന എന്റെ മകൾ ചാരുലതയെയാണ് അബ്സീന ഇപ്പോൾ ആത്മാവിൽ തൊട്ടിരിക്കുന്നത്.

മുപ്പതുകളുടെ ഇളംപ്രായത്തിൽ നിൽക്കുന്ന ഒരു പെൺകുട്ടിയാണവൾ. ഇത്രയും ചെറിയ പ്രായത്തിൽ അവൾ തേടിയതും നേടിയതും എനിക്ക് നിത്യവിസ്മയം. ശരീരത്തിൽ വലിയൊരു മാറാരോഗം സഹിക്കുമ്പോഴും ശരീരത്തെ അതിലംഘിക്കുംവിധം ഒരു ആത്മപ്രഭ അവളിൽ ജ്വലിക്കുന്നത് ഞാൻ കണ്ടു.

ജഗജിത്സിംഗ് മരിച്ച രാത്രിയിൽ അബ്സീനയും ജോസഫും വീട്ടിലുണ്ട്. അബ്സീനയുടെ മൊബൈലിൽ ജഗജിത്സിംഗും ചിത്രയും പാടുന്നു. ദുഃഖത്തിന്റെ ഇത്രമേൽ സാന്ദ്രസൗന്ദര്യം മറ്റേത് ശബ്ദത്തിനുണ്ട്? നമ്മുടെ വേദനാനുഭവങ്ങളെ കഴുകിത്തുടയ്ക്കുന്ന ശബ്ദമാണത്. ഓരോരുത്തന്റേയും ആത്മദുഃഖങ്ങളെ ജഗജിത്സിംഗ് തന്റെ ശബ്ദത്തിന്റെ ആത്മാവിൽ അണച്ചുപിടിക്കുകയാണ്.

പ്യാർകെ പനലാ കത്ത് ലംകോസെ
വക്ത്കോ ലഗ്താഹെ...

എന്റെ സമ്പത്തും പ്രതാപവും
പ്രശസ്തിയുമെല്ലാം തിരിച്ചെടുത്തോളൂ,
വേണമെങ്കിൽ എന്റെ യൗവ്വനവും.
പക്ഷേ എന്റെ കുട്ടിക്കാലം എനിക്കു തിരിച്ചുതരണം,
മഴക്കാലത്ത് കടലാസുവഞ്ചികളുണ്ടാക്കി കളിച്ച ആ കുട്ടിക്കാലം.

ആ രാത്രിയിലെ സംഗീതസൗഹൃദം നീണ്ടുനീണ്ടുപോയി. നഷ്ടപ്പെട്ടുപോയ ശൈശവത്തെ തിരിച്ചുവിളിക്കുമ്പോഴാണ് ഒരാളിൽ ആത്മീയത

നിറയുന്നത്. ഏറ്റവും ചെറിയ പൂർണചന്ദ്രനുദിച്ചുനിന്ന പാതിരാത്രിയാണത്. അബ്സീനയും ജോസഫും പകർന്ന ആ സംഗീതനിലാവിൽ ഞങ്ങളുടെ ജേതവനത്തിന് ഇതുവരെയും ഇല്ലാത്ത ഒരു സൗരഭ്യമുണ്ടായി.

ജോസഫിനെക്കുറിച്ചൊന്നും എഴുതിയില്ല. ജോസഫ് യാത്രികരിലെ ഹിമാലയമാണ്. ജോസഫിന്റെ ചെരിപ്പില്ലാത്ത കാലുകൾക്കറിയാം, ഇന്ത്യയിലെ വഴിതെറ്റിയ പാതകളത്രയും. ഹിമാലയത്തിന്റെ ഉയരങ്ങളിലും ചരിവുകളിലും ഗുഹാന്തരജീവിതങ്ങളിലും എത്രയോവട്ടം നടന്നുതീർത്ത അവന്റെ നീണ്ട കാലുകളിലേക്ക് ഭക്തിനിറച്ച് ഞാൻ നോക്കിയിരിക്കാറുണ്ട്. അവന്റെ സന്ദർശനങ്ങൾ നടത്തത്തിന്റെ ആത്മീയപരിമളം എന്നിൽ നിറയ്ക്കും. അവനെനിക്കൊരു ശ്വാസകോശംപോലെയാണ്. പറയണം, അവന്റെ യാത്രകൾ, അത്രമേൽ മലയാളിയെ ദാഹിപ്പിക്കണം അവന്റെ യാത്രാനുഭവങ്ങൾ. ∎

ആത്മഹത്യയുടെ ആത്മീയത

'**ജീ**വിക്കുമ്പോൾ ഞാൻ മരണത്തിനു നടുവിൽ
മരിക്കുമ്പോൾ ജീവിതത്തിനു നടുവിലും'

പ്രകൃതിയിൽ എല്ലായിടത്തും മരണം തുടുത്തുനിൽക്കുന്നു. എവിടെയും മരണം നിറഞ്ഞുനിൽക്കുന്നു. മരണത്തിനു കൊയ്തെടുക്കുവാനുള്ള കനത്ത വിളവായി നമ്മുടെ ലോകം. നമ്മുടെ ജീവിതം. നമ്മുടെ ചുറ്റിലും ഉള്ളിലും കാലിനടിയിലും ശിരസ്സിനു മുകളിലും മരണമാണ്. അല്ല, നമ്മൾ തന്നെ മരണമാണ് എന്ന് മരണത്തോട് നിത്യാനുരാഗികളായ കവികൾ എഴുതിയിട്ടുണ്ട്. ജീവിതത്തെ മരണംകൊണ്ടെഴുതിയ കലാകാരന്മാരുടെ വംശം പെരുകിവരുകയാണ്. തനിക്കായി എന്നുറപ്പിട്ട അമ്പിലേക്ക് സ്വയം പറന്നുപോകുന്ന പക്ഷികളുടെ ചകിതമായ ഹൃദയത്തെ ഭക്ഷിക്കുന്നവരാണ് കവികളിലേറെ പേരും. എന്റെ ഹൃദയം ചിറകറ്റ പക്ഷിയെപ്പോലെ കിടന്നുപിടയ്ക്കുകയാണ്. ഈ ചിറകടി ഞാനെന്നവസാനിപ്പിക്കും എന്ന് മലയാളത്തിലെ ഒരു കവി പാടിയതോർക്കുന്നു.

മരണം അതിന്റെ കൊത്തുളികൊണ്ട് ചെത്തി മിനുക്കാത്ത ഒരു വികാരവും എന്നിൽ നിലനിൽക്കുന്നില്ല എന്ന് ഏറ്റുപറഞ്ഞ ഒരു മഹാകലാകാരനേയും ഓർക്കുന്നു.

മരണത്തെ അഭിമുഖീകരിക്കുന്ന ഒരാൾ ജീവിതത്തിന്റെ ആത്യന്തികാർത്ഥങ്ങളാണ് മറ്റൊരു രീതിയിൽ അന്വേഷിക്കുന്നത്. മനുഷ്യഹൃദയത്തെ മരണം മുറിപ്പെടുത്തിയതിൽ നിന്നുമാണ് മഹത്തായ രചനകളാവിർഭവിക്കുന്നതെന്ന് പരിമിതമായ എന്റെ സാഹിത്യ പരിചയം എന്നെ പഠിപ്പിച്ചിട്ടുണ്ട്.

കല്ലിൽനിന്നും മരത്തിൽനിന്നും അനാവശ്യമായതിനെയെല്ലാം കൊത്തി നീക്കിയിട്ടാണൊരാൾ തന്റെ ശില്പം പുറത്തെടുക്കുന്നത്. കലാരചനയിൽ അടിസ്ഥാനപരമായ ഒരു ആത്മനിഷേധമുണ്ട്. നിഷേധത്തിന്റെ മാരകമായൊരു സൗന്ദര്യമുണ്ട് ഓരോ ആത്മഹത്യയ്ക്കുള്ളിലും. സ്വന്തം ജീവിതത്തിൽ ആത്മാവ് പോലും സഹിക്കവയ്യാതാകുമ്പോൾ. അതിനേയും അറുത്തുമാറ്റുകയാണിവിടെ. ആത്മനിഷേധത്തിന്റെ പരകോടിയിൽ അരങ്ങേറുന്ന അത്തരം മരണങ്ങളുടെ (എഴുത്തിന്റെയും) രക്തപ്പറമ്പിന് ജീവിച്ചിരിക്കുന്നവർക്ക് എങ്ങനെ വില നിശ്ചയിക്കാനാകും?

ആത്മഹത്യയാണ് താൻ സൃഷ്ടിച്ചതിൽ വെച്ചേറ്റവും കലാപൂർണമായ രചന എന്ന് ലോകത്തെ അറിയിച്ച് കടന്നുപോയവരുണ്ട്. അത്തരമൊരു ആത്യന്തിക സാധ്യതയിലേക്ക് തന്റെ ഓരോ രചനകളെയും ക്രമപ്പെടുത്തിക്കൊണ്ട് വരുന്നവരും ഏറെയുണ്ട്. ഇതൊരർത്ഥത്തിൽ ശാശ്വതമായ സമാധാനത്തിനുവേണ്ടിയുള്ള യുദ്ധമായിരിക്കാം. യുദ്ധത്തിൽനിന്നേ സമാധാനമുണ്ടാകൂ എന്ന തീരുമാനത്തെ നമുക്ക് എതിർക്കാം. തർക്കിക്കാം. പക്ഷേ എല്ലാ രക്തസാക്ഷിത്വങ്ങൾക്കുള്ളിലും അത്തരമൊരു സ്നാനകർമ്മമുണ്ട്. യുദ്ധംകൊണ്ടും രാജ്യം ശുദ്ധീകരിക്കപ്പെടാം.

ആത്മഹത്യയുടെ മറ്റൊരു അഭിഭാഷകനാകുവാൻ ഞാനാഗ്രഹിക്കുന്നില്ല. പക്ഷേ ആത്മഹത്യകളുടെ രൂക്ഷബലിബോധത്തിൽ നിന്നുമാണ് എന്റെ കവിതകളിൽ പലതും ഉറവപൊട്ടിയിട്ടുള്ളത്.

ശോകത്താൽ ഹനിക്കപ്പെട്ട ഈ ലോകത്തിൽ മൃത്യുവിനാൽ ഛിന്നനായവനാണ് മനുഷ്യൻ എന്ന് വെളിപ്പെടുത്തിയത് ശങ്കരാചാര്യരോ ബൃഹദാരണ്യകോപനിഷത്തോ ആണ്.

ജീവിതം ഒരു പ്രവാസകാലമാണ്. മരണത്തിലൂടെയാണ് ഓരോ മനുഷ്യനും ജന്മഗൃഹത്തിലേക്ക് തിരിച്ചെത്തുന്നത്. മരണമാണ് നമ്മുടെ ശാശ്വത ഗൃഹം. ശരിയായ അർത്ഥത്തിൽ മരണം മോക്ഷവും സ്വാതന്ത്ര്യവുമാണ്. ശരീരത്തിന്റെ തടവറയിൽനിന്നും ആത്മാവിനെ വിമോചിപ്പിക്കുന്ന മരണമുഹൂർത്തത്തെ നാമെന്തിന് ഭയപ്പെടണം? സമാധി, സ്വച്ഛന്ദമൃത്യു, രക്തസാക്ഷിത്വം, വീരമൃത്യു, ജീവത്യാഗം, ഹരകിരി, നിർവ്വാണം, പ്രായോപവേശൻ, ജലസമാധി തുടങ്ങി അനേകപേരുകളിലറിയപ്പെടുന്ന ആത്മഹത്യകളുടെ അനന്തമായ സാധ്യതകളെ നമുക്ക് നിഷേധിക്കാനാവില്ല. നിന്നിലെത്തി വിശ്രമിക്കുന്നതുവരെ എന്റെ ഹൃദയം അസ്വസ്ഥമായിരിക്കും എന്ന് വിലാപത്തോടെ പ്രാർത്ഥിച്ചുകൊണ്ടിരുന്ന സെയിന്റ് അഗസ്റ്റിൻ മരണം ഒരു കൈ നിവർത്തലാണെന്നു പറഞ്ഞ കവിയോടൊപ്പമുണ്ടെന്ന് ഞാൻ വിചാരിക്കുന്നു.

മരണവാസനയും മരണാഭിലാഷവും മരണഭയവും മരണവിഭ്രാന്തിയും എല്ലാം ഇടകലർന്നു ചേരുന്ന ഓരോ ആത്മഹത്യയുടെയും ആന്തരികാർത്ഥങ്ങൾ അത്യന്തം സങ്കീർണമാണ്. ഒരു വരമ്പ് മുറിച്ചുകടക്കുംപോലെ എളുപ്പമല്ല നമുക്ക് ജീവിതം. ഈ ശരീരത്തിൽ നമ്മുടെ ജീവിതം ആരംഭിച്ചപ്പോൾ തന്നെ മരണവും തുടങ്ങി കഴിഞ്ഞിട്ടുണ്ട്. അതെപ്പോൾ എങ്ങനെ എവിടെവെച്ച് വെട്ടിവീഴ്ത്തുമെന്ന് ആർക്ക് പറയാനാകും.

മരണത്തിന്റെ സാമീപ്യമാണ് ഒരാളെ സാഹസിയാക്കുന്നത്. കലാകാരനാക്കുന്നത്. ഹൃദയത്തിനുള്ളിലെ അതിഗാഢമായ നിശ്ശബ്ദതയിൽ നിന്നുമാണ് ഓരോ ആത്മഹത്യയും സംഭവിക്കാറുള്ളത്.

"സ്നേഹത്തിനൊരു നിമിഷമുണ്ട്
അതിതാകാം മരണനിമിഷം."

-ഞാനൊരു കവിതയിൽ മരണത്തേയും സ്നേഹത്തേയും ഒറ്റ മുഹൂർത്തത്തിൽ സംഗ്രഹിച്ചിട്ടുണ്ട്.

ഭൂമിയെ പച്ച പുതപ്പിക്കുവാൻ

ഭൂമിയാണ് മനുഷ്യന്റെ ശത്രുദേശം. ഭൂമിയുടെ മൂലകങ്ങൾ - ആകാശം, വായു, മണ്ണ്, കാറ്റ്, വെള്ളം - നമുക്കെതിരെ യുദ്ധത്തിനൊരുങ്ങും. അവയുടെ കഠിനകോപം ഭയാനകമായിരിക്കും. നമ്മുടെ നഗരങ്ങളും വനങ്ങളും വയലുകളും ഗ്രാമങ്ങളും കരിഞ്ഞുണങ്ങും. പുഴകൾ വറ്റും. ആകാശം തീയായി മാറും. കാറ്റ് ഉഷ്ണജ്വാലകളെ നാലുവശത്തും പടർത്തും. തണുപ്പ് ഘനീഭാവത്തിൽനിന്നും താണ് ആണവശൈത്യം വരും. ഭൂമിയിൽ പ്രളയജലം വിഷം നിറഞ്ഞ മഞ്ഞുപാളികളായി മാറും. ജന്തുക്കൾ, ചെടികൾ, മീനുകൾ, കിളികൾ, ജീവനുള്ളതിൽ മിക്കതും മരിക്കും... അപ്പോൾ നാം എന്തു ചെയ്യും? ജീവിച്ചിരിക്കാൻ വിധിക്കപ്പെട്ട നമ്മൾ... നാം ഏത് ആഹാരം കഴിക്കും? ഏത് വെള്ളം കുടിക്കും? ഏത് വായു ശ്വസിക്കും? ഗുരുതരമായ പാരിസ്ഥിതിക ആഘാതങ്ങളെക്കുറിച്ച് പ്രവചനസ്പർശമുള്ള വിനാശത്തിന്റെ ഭയാനകമായ വരികൾ കുറിച്ചിട്ടത് അരുന്ധതി റോയിയാണ്.

ഭൂമിക്കെതിരെ മനുഷ്യൻ നടത്തുന്ന യുദ്ധങ്ങൾക്ക് തിരിച്ചടിയായിട്ടാണ് കാലാവസ്ഥാവ്യതിയാനംപോലുള്ള ആഗോളവിനാശത്തെ നാം കാണേണ്ടത്. നാലായിരം ദശലക്ഷം വർഷം പഴക്കമുള്ള ഈ ഭൂമിയെ ഇമ്മട്ടിൽ കഠിനചൂടിൽ കരിച്ചു കളയുവാൻ ആർ നമുക്ക് അധികാരം തന്നു? കാലാവസ്ഥാവ്യതിയാനത്തിന്റെ ആഴവും വ്യാപ്തിയും സങ്കല്പങ്ങൾക്കും രാജ്യാതിർത്തികൾക്കുമപ്പുറത്താണ്.

കടന്നുപോയ വർഷമാണ് ഭൂമി ചരിത്രത്തിലാദ്യമായി ഏറ്റവും കൂടുതൽ ചൂടനുഭവിച്ചത്. വരുംവർഷം താപനത്തിന്റെ അളവ് 10% കൂടുമെന്നാണ് ശാസ്ത്രത്തിന്റെ വെളിപ്പെടുത്തൽ. മനുഷ്യന് നടന്നുകയറുവാൻ മറ്റൊരു ഭൂമിയില്ലല്ലോ. കാലാവസ്ഥയിൽ സംഭവിക്കുന്ന ഗുരുതരമായ വ്യതിയാനങ്ങൾ മനുഷ്യരാശിയുടെ അതിജീവനത്തിനായുള്ള സത്യത്തിലേക്കാണ് വിരൽചൂണ്ടുന്നത്. ശാസ്ത്രവും മതവും രാഷ്ട്രവ്യവഹാരങ്ങളും കലാസംസ്കാരങ്ങളും ഒരുപോലെ പ്രതിക്കൂട്ടിലാണ്.

കാലാവസ്ഥാവ്യതിയാനത്തെ നിയന്ത്രിക്കുവാനുള്ള ഒരു പുതിയ ഉടമ്പടി പാരീസ് ഉച്ചകോടിയിൽ 196 രാഷ്ട്രനേതാക്കന്മാർ ചേർന്ന് ഒപ്പ് വെച്ചിരിക്കുന്നു. ആഗോളതാപനത്തിന്റെ തോത് രണ്ട് ഡിഗ്രിയിൽ താഴെയാക്കാനുള്ള പാരീസ് സമ്മേളനത്തിന്റെ തീരുമാനത്തെ യാഥാർത്ഥ്യബോധമുള്ളവരെല്ലാം സംശയിക്കുന്നുണ്ട്. 1997-ലെ ക്യോട്ടോ ഉടമ്പടി ഒരു സമ്പൂർണ്ണ പരാജയമാക്കിയത് രാഷ്ട്രങ്ങൾക്കുമേൽ കോർപ്പറേറ്റുകളുടെ ആധിപത്യമാണ്. താപനത്തെ ചെറുക്കുന്ന രാഷ്ട്രങ്ങൾതന്നെ അവരുടെ ആയുധപ്പുരയും സൈനികശക്തിയും പൂർവ്വാധികം ശക്തമാക്കുകയാണ്. ഇന്ത്യയിലാണെങ്കിൽ കൽക്കരിപ്പാടങ്ങൾ ഇന്നുള്ളതിനേക്കാൾ ഇരട്ടിയാക്കുവാനാണ് നീക്കം നടക്കുന്നത്. 70 ലക്ഷം ടൺ പാറ പൊട്ടിച്ചാണ് വിഴിഞ്ഞം പദ്ധതിയുടെ നിർമ്മാണം തുടങ്ങുന്നത്. ചെന്നൈ ദുരന്തം മാത്രം മതിയാകും. കാലാവസ്ഥാവ്യതിയാനത്തിന്റെ ഭീകരത പഠിക്കാനുള്ള സമീപകാല ദൃഷ്ടാന്തം. ചരിത്രത്തെയും സംസ്കാരത്തെയും പരിഗണിക്കാതെയുള്ള ആസൂത്രണവൈകല്യങ്ങളാണ് കാലാവസ്ഥയിൽ ഇത്രയധികം മാറ്റങ്ങളുണ്ടാക്കിയത്. ഭൂമിയുടെ ശ്വാസകോശങ്ങൾ അടഞ്ഞുപോകുന്നു. ആവാസവ്യവസ്ഥയും ജൈവവൈവിധ്യവും തകർന്നുപോകുന്നു. ഭക്ഷ്യശൃംഖല മുറിയുന്നു. മനുഷ്യൻ ഇന്ന് അഭിമുഖീകരിക്കുന്ന ഏറ്റവും ഭീതിദമായ പ്രശ്നമായിട്ടാണ് കാലാവസ്ഥാവ്യതിയാനം കണക്കാക്കപ്പെട്ടിരിക്കുന്നത്.

ശാസ്ത്രവും മതവും കലയും രാഷ്ട്രമീമാംസവും ഒന്നിച്ചു നിന്നു വേണം പരിഹാരമന്വേഷിക്കുവാൻ. പാരിസ്ഥിതിക വിവേകത്തിനും മൂല്യങ്ങൾക്കും പ്രധാന പരിഗണനയുണ്ടാകണം.

'വികസനം' എന്ന ആഗോളമതത്തെ പൊളിച്ചെഴുതണം. പുനർഭാവന ചെയ്യണം. കാലാവസ്ഥയ്ക്കിണങ്ങിയ പാർപ്പിടങ്ങൾ വേണം. ബദൽ ഊർജ്ജവിനിയോഗങ്ങൾ കണ്ടെത്തണം. കാർഷിക വ്യവസായ സംരംഭങ്ങളെ ക്രമപ്പെടുത്തണം. ഒരു ഗ്രീൻ ഓഡിറ്റിങ്ങിന് വ്യക്തികളും സ്ഥാപനങ്ങളും ഭരണകൂടവും തയ്യാറാകണം. വീടുകൾ, വിദ്യാലയങ്ങൾ, വ്യവസായശാലകൾ, ദേവാലയങ്ങൾ, സർക്കാർ സ്ഥാപനങ്ങൾ, ശാസ്ത്ര ഗവേഷണങ്ങൾ എല്ലാം ഓരോ വർഷവും നിർബന്ധിത ഗ്രീൻ ഓഡിറ്റിങ്ങിന് വിധേയമാക്കണം. ഭൂമി നമ്മുടെ പൊതുഭവനമാണെന്നും അതിനെ അട്ടിമറിക്കുന്നത് ജീവനെതിരെയുള്ള പാപമാണെന്നുമുള്ള തിരിച്ചറിവിലേക്കാണ് നമുക്ക് എത്തിച്ചേരാനുള്ളത്. ∎

ഒരു തുള്ളി കിറുക്ക്

ലേശം കിറുക്ക് ചേരാത്ത ജീവിതം എത്ര വിരസം. തലയിൽ നിലാവുദിക്കുമ്പോഴാണ് മനുഷ്യരുടെ ആകാശങ്ങളിൽ വിചിത്രസൗന്ദര്യങ്ങളുടെ മഴവില്ലുകൾ വിരിയുന്നത്. നിങ്ങളുടെ ഗൗരവമുള്ള പദ്ധതികളിൽ അല്പം കിറുക്കും വിഡ്ഢിത്തവും ചേരുന്നില്ലെങ്കിൽ അതെത്ര വിരൂപമായിരിക്കുമെന്ന ഹോറസിന്റെ ഒരു വാക്യമോർക്കുന്നു. എന്തിനാണിപ്പോൾ കിറുക്കിനെക്കുറിച്ച് ഇങ്ങനെ കുറിക്കുന്നതെന്ന് എനിക്കും അറിഞ്ഞുകൂടാ. ഒരുപക്ഷേ ഫ്രാൻസിസ് പുണ്യവാളന്റെ ജന്മഗ്രാമമായ ഇറ്റലിയിലെ അസ്സീസിയെ ഞാനിന്നു സ്വപ്നം കണ്ടതുകൊണ്ടുകൂടിയാകാം. രണ്ടുനാൾ ഞാനവിടെ അലഞ്ഞുനടന്നു. എന്റെ ജീവിതത്തിലെ ഏറ്റവും ഏകാന്തവും ദുഃഖഭരിതവും പ്രകാശപൂരിതവുമായ രണ്ടു ദിനങ്ങൾ. ഫ്രാൻസിസിനെ ഇഷ്ടപ്പെടാൻ പല കാരണങ്ങളുണ്ടാകാം. എന്നാൽ അതിലേറ്റവും പ്രധാനം അയാൾ നമ്മുടെ കിറുക്കുകളെ ഹൃദയത്തിൽ ചേർത്ത് സ്നേഹിക്കുന്നു എന്നതാണ്. യുക്തികൊണ്ട് സ്ഥിരതയുള്ള ഒരാളായിരുന്നില്ല ഫ്രാൻസിസ്.

വിശുദ്ധമായ ഉന്മാദജലംകൊണ്ടാണ് അയാൾ ജ്ഞാനസ്നാനപ്പെട്ടത്. വലിയവരെയും കുലീനരെയും ശക്തരെയും പഠിപ്പിക്കുവാൻ ലോകത്തിൽ ഏറ്റവും ദുർബലനും വിഡ്ഢിയുമായ ഒരാളെ ദൈവം തെരഞ്ഞെടുത്തു. ദൈവം പിന്നീട് അയാളെ പലമട്ടിൽ മലർത്തിയടിച്ചു. ദൈവത്തിന്റെ പ്രിയപ്പെട്ട ഉപമപോലെ അസീസ്സിഗ്രാമത്തിന്റെ ഭ്രാന്തൻതാഴ്‌വരയിൽ അയാൾ പൊട്ടിച്ചിതറി. കൂറിയതും മൃദുലവുമായ തന്റെ മാംസത്തിൽ അയാൾ ദൈവത്തെ തന്നെ കൊത്തിയെടുത്തു. സ്വന്തം ഭ്രാന്തിന്റെ പാട്ടും നൃത്തവുമായി വാവിട്ടു കരഞ്ഞുനടന്നു.

എട്ടു നൂറ്റാണ്ടുകൾക്കു മുമ്പ് ഫ്രാൻസീസ് നടന്ന അതേ മലഞ്ചെരുവുകളിലൂടെ നടന്ന ആ രാത്രിപകലുകളാണ് കിറുക്കിന്റെ അഴകും അർത്ഥവും എന്നെ ചൊല്ലിപഠിപ്പിച്ചത്. ജീവിതത്തിന് ഇത്രയും വേഗം വേണ്ട, യുക്തി വേണ്ട, സങ്കീർണത വേണ്ട, അഹങ്കാരം വേണ്ട. നടക്കുമ്പോൾ പുൽനാമ്പുകളെ ചവിട്ടിനോവിക്കാതെ എതിരെ വരുന്ന ചെറു

ആയിരം ചിറകുള്ള പക്ഷി

പ്രാണികൾക്കുപോലും വഴിമാറി കൊടുത്ത് എങ്ങനെ നടക്കാമെന്നാണ് ഫ്രാൻസീസ് പറഞ്ഞുതന്നത്. ഒരു പഴംതുണിക്കെട്ടിൽ ദുർഗന്ധമുള്ള കുഷ്ഠരോഗിയെ വാരിപ്പുണരാനുള്ള തരളവാത്സല്യത്തിന്റെയും ഭ്രാന്ത സ്നേഹത്തിന്റെയും അതിശയകരമായ ജീവിതപാഠമാണ് അസ്സീസ്സി യിലെ നടത്തങ്ങൾ എന്നിലേക്ക് പകർന്നത്. അവിടെവെച്ച് എളിമയുടെ വിഡ്ഢിയായ ഒരു ദൈവത്തെ ഫ്രാൻസീസ് കാണിച്ചുതന്നു.

ഒരു കടൽ അതിന്റെ ഒരു തുള്ളി വെള്ളത്തേക്കാൾ വലുതല്ലെന്നും മനുഷ്യൻ അവന്റെ നേർത്ത പ്രാണശ്വാസത്തേക്കാൾ വലുതല്ലെന്നും ഒരു പെണ്ണ് അവളുടെ മുറിവിനേക്കാൾ വലുതല്ലെന്നും ഒരു മിന്നൽ പ്പിണർപോലെ ഫ്രാൻസീസിന്റെ കിറുക്ക് എന്നെ ബാധിച്ചു. അസ്സീസി യാത്രയുടെ സ്ഥൂലതകളെല്ലാം ഞാൻ മറ്റൊരിടത്ത് പറഞ്ഞുകഴിഞ്ഞ താണ്. അഗ്നികൊണ്ടും ആത്മാവുകൊണ്ടും ഒരനുഭവം എങ്ങനെ സ്നാനപ്പെടുന്നുവെന്ന് ഞാൻ ആദ്യം പറയുകയാണ്.

ഫ്രാൻസിസ് എന്റെ ജീവിതത്തിൽ ആദ്യം കടന്നുവരുന്നത് കുട്ടി ക്കാലത്ത് അമ്മ പറഞ്ഞുതന്ന ചില കഥകളിലൂടെയാണ്. കഥകളേക്കാൾ വലിയ സത്യമില്ല. ചരിത്രത്തേക്കാൾ വലുതാണ് ഭാവനയുടെ സത്യം. ആ കഥകൾ കേട്ടതിനുശേഷം വീട്ടുമുറ്റത്തോ തെരുവിലോ അഴുക്കും ദുർഗന്ധവുമുള്ള പിച്ചക്കാരെ കാണുമ്പോൾ അവരിൽ ഫ്രാൻസിസ് എവിടെയെന്ന് പേടിയോടെ ഞാൻ നോക്കുമായിരുന്നു.

തൃശ്ശൂരങ്ങാടിയിൽ കഴിഞ്ഞ മുപ്പതു വർഷമായി ഒരമ്മയും മകനും വഴിയോരങ്ങളിലും പീടികത്തിണ്ണയിലും പ്രദക്ഷിണവഴിയിലും അലഞ്ഞു നടക്കുന്നത് കാണാത്തവരുണ്ടാകില്ല. മകന് അപസ്മാരം. അമ്മയ്ക്ക് ഉന്മാദം. വഴികളായ വഴികളൊക്കെയും രാജു എന്ന മകനെ കെട്ടിപ്പുണർന്ന് അമ്മയുടെ ദീർഘവിലാപംപോലുള്ള ആ നടത്തം എല്ലാവരും കണ്ടിട്ടുണ്ട്. സ്നേഹം അതെന്തുതരം ഭ്രാന്താണ്? പരസ്പരം തല്ലു കൂടിയും ചീത്തവിളിച്ചും ചോറുവാരിക്കൊടുത്തും മടിയിൽ കിടത്തി ഓമനിച്ചും കണ്ണീരൊപ്പിയും അമ്മയുടെയും മകന്റെയും ഭ്രാന്തമായ സ്നേഹത്തിനു മുൻപിൽ തൃശ്ശൂർ നഗരം കോരിത്തരിച്ചും കണ്ണീര ണിഞ്ഞും നിന്നിരുന്ന കാലമോർക്കുന്നു. ഏതോ ഒരു കാലത്തിന്റെ ഉരുൾപൊട്ടലിൽ ഉത്തരേന്ത്യയിൽനിന്നും വന്നവരാണവർ. തിളക്കമുള്ള ഹിന്ദിയും ഇംഗ്ലീഷും അവർ പറയും. ഒരുനാൾ മകൻ മരിച്ചു. പിറ്റേന്നാൾ അമ്മയെ കാണ്മാനില്ല. ഉന്മാദത്തിന്റെ ഏറ്റവും ശ്രേഷ്ഠമായ അത്തരം മാംസത്തിൽ കൊത്തിയ ഒരു പിയെത്ത രൂപം ഇതുപോലെയാരും കണ്ടിട്ടു ണ്ടാവില്ല.

കിറുക്കിന്റെ അഴകും മുറിവുമുള്ള വർത്തമാനങ്ങൾ സദാ പകർന്നു തരാറുള്ള ഒരു സ്നേഹിതയെക്കുറിച്ചുകൂടി എനിക്കിപ്പോൾ ഓർക്കു വാനുണ്ട്. എന്റെ എഴുത്തുജീവിതത്തെ ആകമാനം കോരിത്തരിപ്പിച്ച

സ്നേഹിതയാണവൾ. മരിക്കുന്നതിന് നാലു മണിക്കൂറുകൾക്കുമുമ്പ് അവൾ ഒരു ഫോൺ സന്ദേശമയച്ചു. അതിങ്ങനെ - ഞാൻ നദിയാണ്. സരസ്വതി. അന്തർവാഹിനി, കാണാതെയൊഴുകും. അടിവേരുകളെ സദാ നനയ്ക്കും.

ഒരു മരണം ഇത്രയേറെ ശൂന്യതയുടെ സങ്കടം നിറച്ച അനുഭവം എനിക്കോർക്കാനില്ല. ഇക്കാലങ്ങളിൽ ഞാനെഴുതിയ ഓരോ വാക്കിന്മേലും ഒരു ചിത്രശലഭംപോലെ മത്തുപിടിച്ച് അവൾ പാറിനടന്നിരുന്നു. വാക്കുകളിൽ ഇടറുമ്പോൾ മറ്റൊരു വാക്കുകൊണ്ടുവന്ന് അവൾ എന്നെ താങ്ങിനിർത്തും. ഈ കിറുക്കൻവരികൾക്കെല്ലാം പ്രചോദനനക്ഷത്രമായത് മാഗിയാണ്. നാം ജീവിക്കുന്ന ഈ ഭൂമിയേക്കാൾ വിശുദ്ധമായ മറ്റൊരു ഭൂമിയിലിരുന്ന് അവളെല്ലാം കാണുന്നുണ്ട്. വായിക്കുന്നുമുണ്ടാകും. ജീവിച്ചിരിക്കുന്നവരേക്കാൾ മരിച്ചവരോട് സംസാരിക്കാനുള്ളതാണ് സാഹിത്യമെന്ന് ഇന്നെനിക്കറിയാം. അതുകൊണ്ട് ഇനിയെഴുതുമ്പോൾ കുറച്ചുകൂടി സൂക്ഷ്മതയോടെ, കരുണയോടെ, സൗന്ദര്യത്തോടെ ഞാൻ എഴുതിയേക്കും. കാരണം കിറുക്കന്മാർക്കും മരിച്ചുപോയവർക്കുമാണ് വാക്കുകളുടെ ആത്മാവുകളെ യഥാർത്ഥത്തിൽ തൊടാൻ കഴിയുകയുള്ളൂ. ∎

ചിന്തിക്കുന്ന ഹൃദയങ്ങൾക്ക്

കാലം കല്ലിച്ചുപോകുമ്പോൾ ഒഴുക്കുകൾ നിലച്ചുപോകുമ്പോൾ മറ്റൊരു പിറവിക്ക് സമയമായെന്ന് നാം അറിയുന്നു. വരച്ചവയെല്ലാം മായ്ക്കുവാനുള്ള കാറ്റിന്റെ വീശലുകൾ പുറപ്പെട്ടിരിക്കുന്നു എന്നറിയും. അപ്പോൾ തർക്കങ്ങൾ നിറുത്തണം. വാദിച്ചു ജയിക്കാനുള്ള ആസക്തികളെ ഛേദിക്കണം. യുക്തികൊണ്ടും ബുദ്ധികൊണ്ടും അഹന്തകൊണ്ടും പിരിമുറുക്കിയ നമ്മുടെ ചിന്തകളെയും രീതികളെയും അയച്ചിടാൻ സന്ദർഭമായെന്നറിയണം.

എല്ലാ പുതുവർഷാരംഭത്തിലും കാണാറുണ്ട് ചില സ്വപ്നങ്ങൾ. എടുത്തണിയാറുണ്ട് ചില പ്രതിജ്ഞകൾ. അക്കൂട്ടത്തിലൊന്നായി ഈ കുറുപ്പിനെയും കരുതിയാൽ മതി. പക്ഷേ എനിക്കിത് അതിലുമപ്പുറമുള്ള ഒരു തിരിച്ചറിവാണ്.

ശ്രദ്ധ എന്ന ശീർഷകത്തിൽ ഇന്റർനെറ്റിലൊരു മാസിക ആരംഭിച്ചിരുന്നു. എഴുത്തിന്റെയും വായനയുടെയും സമവാക്യങ്ങൾ മാറുന്നു. അവയ്ക്ക് പുതിയ നിർവ്വചനങ്ങൾ ആവശ്യമായിരിക്കുന്നു. ഡിജിറ്റൽ പ്രായോഗികവിദ്യ സാധ്യമാക്കിയ അതിയാഥാർത്ഥ്യങ്ങളെ സംബോധന ചെയ്യാനുള്ള ഒരു ഉദ്യമം. പുസ്തകം അവസാനിക്കുന്നില്ല, അതവസാനിക്കുമെന്ന് കരുതിക്കൊണ്ടല്ല ഇന്റർനെറ്റിൽ ശ്രദ്ധയുടെ പിറവിയുണ്ടായിരിക്കുന്നത്.

മാറുന്ന ജീവിതത്തെ ഉൾക്കൊള്ളുവാൻ നമ്മുടെ മാധ്യമരീതികൾക്ക് കഴിയുന്നുണ്ടോ? പുതിയ വീഞ്ഞ് പഴയ തോൽക്കുടത്തിൽ ശേഖരിച്ചിട്ട് കാര്യമുണ്ടോ. പുതിയ ജീവിതത്തെ നിറയ്ക്കുവാൻ പുതിയ തോൽക്കുടങ്ങൾ തന്നെ വേണം. എന്താണ് പുതിയ ജീവിതം? യുക്തിക്കും ബുദ്ധിക്കും തർക്കത്തിനും പ്രത്യയശാസ്ത്രങ്ങൾക്കും ചേരിതിരിവുകൾക്കും മനസ്സിലാവാത്തൊരു ജീവിതമാണത്. ലാഭചിന്തകളില്ലാതെ ജീവിതത്തെ പങ്കുവെയ്ക്കാനും അതിരുകളില്ലാതെ പ്രതീക്ഷകളർപ്പിക്കാനും പാകത്തിൽ മണ്ണിനെയും ആകാശത്തെയും സ്വപ്നനിർഭരമാക്കുന്ന ഭാവനയുടെ പുതുജനാധിപത്യമാണത്.

മനുഷ്യരാശിക്ക് പുതിയൊരു തലമുറ പിറന്നിരിക്കുന്നു എന്ന തോന്നൽ എനിക്കുള്ളിലിപ്പോൾ ശക്തമാണ്. വേഗമാകട്ടെ, നിരന്തരം പുതുക്കപ്പെട്ടുകൊണ്ടിരുന്നില്ലെങ്കിൽ മരണത്തിനായി നമുക്ക് വേറെ കാത്തിരിക്കേണ്ടിവരില്ല. പാമ്പ് ഉറയൂരുമ്പോൾ അത് സർവ്വാംഗം പിടയും. കഠിനമായി വേദനിക്കും. ആ ജൈവവേദനയിൽനിന്ന് അതിനൊരു മിന്നുന്ന പുതിയ ജീവിതം കിട്ടും. അത് അതിന്റെ നഗ്നതയിലേക്ക് തിരിച്ചുവരികയാണ്. ജരാനരകളുടെ പഴയ വാസനകളിൽനിന്നും പുറത്തു കടക്കുകയാണ്. ജീവന്റെ പുതിയ തുടിപ്പുകൾക്കായി മനുഷ്യരും ഇടയ്ക്കിടെ മാറിക്കൊണ്ടിരിക്കണം. ഹിംസകൊണ്ടും ആർത്തികൊണ്ടും പഴുത്തുപോയ കാലത്തിൽനിന്നും ഇടയ്ക്കിടെ ഉറയൂരണം. ഭാഷയിലും ഭാവനയിലും സ്വതന്ത്രവും ധീരവുമായ ചില കുതിപ്പുകൾക്കായി പുറത്തു വരണം.

ഭാഷയുടെ പുതിയ തളിർക്കലുകൾ അത്രയും ആവശ്യമാകുന്ന കാലമാണിത്. എഴുത്തിലെ കുതിപ്പുകൾ പുതിയ ദിശകളിലേക്ക് വളരുന്നില്ലെങ്കിൽ ആവർത്തനത്തിന്റെ അശ്ലീലതകളിൽ നമുക്കതിനെ അടക്കം ചെയ്യേണ്ടിവരും. മലയാളത്തിലെ എഴുത്തിനും എഴുത്തുകാർക്കും വായനക്കാർക്കും ഭാവനയുടെ മുരടിപ്പുണ്ട്. പത്രാധിപന്മാർക്കും പ്രസാധകന്മാർക്കും പുലർന്നുവരേണ്ട മൂല്യങ്ങളെക്കുറിച്ച് ധാരണകളൊന്നുമില്ല. മാർക്കറ്റിന്റെ അന്ധശക്തികൾക്ക് കീഴ്പ്പെട്ടുപോയ മലയാളഭാവന പലതരം പ്രലോഭനങ്ങളെക്കുറിച്ച് പഴമകളിലേക്കും സന്ദിഗ്ദ്ധതകളിലേക്കും ദുർന്നയിക്കപ്പെടുന്നു എന്നാണെന്റെ വിചാരം.

ഭാവനയുടെ പുതിയ ജനാധിപത്യസ്ഥലത്തു നിൽക്കാനും കൈകോർക്കാനും കഴിയണം. സർവ്വാശ്ലേഷിയായ സ്വാതന്ത്ര്യത്തിലേക്കാണ് നമുക്കു കുതിക്കാനുള്ളത്. എഴുത്തിൽ കൂടുതൽ സുതാര്യതയുടെ സൗന്ദര്യം നിറയണം. സ്വകാര്യ അഹന്തയ്ക്കപ്പുറം സ്വന്തം എഴുത്തിനെ ഭൂമിയോളം വലുപ്പമുള്ള ആകാശത്തിലേക്ക് വിടർത്തുവാൻ എഴുത്തുകാരന് കഴിയണം. മേഘങ്ങളിൽ സഞ്ചരിക്കണം. രാജ്യാതിർത്തികൾ മാഞ്ഞുപോകും.

തുണ്ടുതുണ്ടായി മുറിച്ചിട്ടിരിക്കുന്ന ലോകമാണിത്. മതവും ജാതിയും ഭാഷയും രാഷ്ട്രീയവും ലിംഗവും പല വാളുകൾകൊണ്ട് അതിൽ പാർക്കുന്ന മനുഷ്യരെ പല കഷ്ണങ്ങളായി മുറിച്ചിട്ടിരിക്കുന്നു. ജീവിതത്തിൽനിന്ന് ഹിംസയുടെ ചോരപുരണ്ട കത്തിയാണ് ആദ്യം വലിച്ചെറിഞ്ഞ് കളയേണ്ടത്. സഹജീവനത്തിന്റെ സുതാര്യതയാണ് എഴുത്തിൽ തിളങ്ങേണ്ടത്. തടസ്സമാകുന്നിടത്തെല്ലാം വഴിമാറിയൊഴുകുന്ന പുഴയുടെ മനസ്സുണ്ടാകണം. കേസരങ്ങളെ പരിക്കേൽപ്പിക്കാതെ പരാഗണത്തിനായി തേൻ നുകരുന്ന തേനീച്ചയുടെ ചുണ്ടുകൾപോലെ നമ്മുടെ പേനകൾ മാറണം. ബുദ്ധിയെ ഹൃദയവുമായി ഇണക്കിച്ചേർത്ത

ബുദ്ധന്റെയും ക്രിസ്തുവിന്റെയും പുരാതനമായ ആത്മപ്രഭയിൽ നമ്മുടെ ഹൃദയത്തിനൊരു പുതുജീവിതമുണ്ടാകണം.

നമ്മുടെ എഴുത്തിനേയും വായനയേയും എത്രത്തോളം നന്നാക്കും ഇന്റർനെറ്റ് എന്ന് സംശയമുള്ളവരുണ്ടാകും. ഇന്റർനെറ്റിലെ എഴുത്തിലേക്ക് പടർന്നുകയറുന്ന ഉപരിപ്ലവതകളും ഉത്തരവാദിത്വമില്ലായ്മകളും സെൻസേഷനിലിസവും താൽക്കാലികതയും തൽക്ഷണ പ്രതികരണങ്ങളും അനാവശ്യവിവാദങ്ങളും നുണപറച്ചിലുകളും തേജോവധങ്ങളും ആ പുതുമാധ്യമത്തെയും കുറെയെല്ലാം അശ്ലീലമാക്കിയിട്ടുണ്ട്. എന്നാൽ എഴുത്തിലെ പുതുരുചികളും പുതുഭാവനകളും ഇന്റർനെറ്റിന്റെ മികച്ച സാധ്യതകൾ തന്നെയാണ്. മുൻവിധികളില്ലാതെ, ശാഠ്യങ്ങളില്ലാതെ, ഏകപക്ഷീയതയുടെ അന്ധതകളില്ലാതെ മലയാളത്തിൽ എഴുത്തിനൊരു ഏഴാം ഇന്ദ്രിയമാകുവാൻ ഇന്റർനെറ്റിനു കഴിഞ്ഞേക്കും. ചെറുതുകളുടെ ഭാവനകൊണ്ട് ഭാഷയെ പുതുക്കാനും സാഹസികസൗന്ദര്യം പകരാനും അതിനാവും. അച്ചടിയുടെ അക്ഷരങ്ങൾക്ക് കഴിയുന്നതിനുമപ്പുറം സൈബർമാധ്യമത്തിന് എപ്പോഴും പുതുക്കപ്പെട്ടുകൊണ്ടിരിക്കാൻ കഴിയും. അങ്ങനെയൊക്കെയുള്ള ചില സ്വപ്നങ്ങളിൽ നിന്നാണ് ശ്രദ്ധ എന്ന ഇന്റർനെറ്റ് മാസിക തുടങ്ങിയത്.

40 വർഷം മുമ്പ് രസന എന്ന സമാന്തരപ്രസിദ്ധീകരണത്തിന്റെ ലഹരിയിൽ ഞങ്ങൾ കുറെപ്പേർ കുറച്ചുവർഷങ്ങൾ ഒന്നിച്ചു ജീവിച്ചു. രസന നിലച്ചപ്പോൾ പിന്നേയും അച്ചടിമാസികകളുടെ ലഹരിയിൽ ജീവിതം തുടർന്നു. അഞ്ചാംക്ലാസിലാരംഭിച്ച സ്പന്ദനം എന്നൊരു കയ്യെഴുത്തു മാസികയുടെ മഷിമണം ഇപ്പോഴുമുണ്ട്. എന്റെ മൂക്കിൻതുമ്പത്ത്.

എന്റെ സ്വകാര്യതകളുടെ ആനന്ദങ്ങളും അഹന്തകളും വലയം ചെയ്തുനിൽക്കുന്ന എത്രയോ മാസികകൾ. ആന്തരികശൂന്യതകളെ പൂരിപ്പിച്ച അത്തരം മാസികകൾക്കൊത്തുള്ള ജീവിതമാണ് എന്നെ നില നിർത്തിക്കൊണ്ടിരുന്നത്. ആത്മകഥാഖ്യാനം കൂടിപ്പോയെന്നറിയാം. മഹാ പർവ്വതങ്ങൾക്കു മാത്രമല്ല ഓരോ മണൽത്തരിക്കുമുണ്ടാകും ഒരു ജീവചരിത്രം. അത് പിറന്നത്, വളർന്നത്, പൂത്തത്, വീണത്, കായ്ച്ചത്, പലതായി രൂപാന്തരപ്പെട്ടത്. അച്ചടിമാസികകൾ പകർന്ന ഇന്ധനലഹരി തീർന്നുതുടങ്ങിയെങ്കിലും ജീവിതത്തിലേക്ക് നടന്നുകയറാൻ ആ ഇന്ധന ശക്തി കുറച്ചൊന്നുമല്ല സഹായിച്ചിട്ടുള്ളത്. എഴുത്ത് മാസികയും അത്തരമൊരു സർഗ്ഗാത്മകസുഗന്ധത്തിന്റെ തുടർച്ചയാണ്.

∎

ഓർമ ഒരു ചെറുത്തുനിൽപ്പാണ്, മറവിയും

ഓർമ്മകളെക്കുറിച്ചുള്ള മറവിയുടെ സ്മാരകമാണ് ജീവിതം. ഓർമ്മയ്ക്കും മറവിക്കുമിടയിൽ അദൃശ്യവും ദുരൂഹവുമായ ഒരു പാലമുണ്ട്. ഓർമ്മയുടെ മറ്റൊരു രൂപം തന്നെ മറവി. ഓർത്തെങ്കിൽ മാത്രമേ മറവിയുണ്ടാകാൻ സാധ്യതയുള്ളൂ. ഓർമ്മിക്കാനൊന്നുമില്ലാത്തവർ മറവിയില്ലാത്തവരായി വിഹരിക്കും. മറവിയുള്ളവർ ഒരിക്കൽ ഓർമ്മകൾകൊണ്ട് പിരമിഡുകൾ പണിതവരാണ്. ഓരോ നിമിഷവും ഓർമ്മയുമാണ്; മറവിയുമാണ്. മറന്നുകളയലാണ് പലപ്പോഴും ഓർമ്മകളെ നിലനിർത്താനുള്ള മാർഗം. എല്ലാം ഓർത്തുവെച്ചാൽ സ്വസ്ഥതയുണ്ടാവില്ല. എല്ലാം മറന്നുകളഞ്ഞാൽ ഓർമ്മയിലേക്ക് മോക്ഷം കിട്ടുകയുമില്ല.

ഒരു താരകയെ കാണുമ്പോഴതു രാവുമറക്കും
പുതുമഴ കാൺകെ വരൾച്ച മറക്കും
പാൽച്ചിരി കണ്ടത് മൃതിയെ മറന്നു സുഖിച്ചേ പോകും.

പാവം മാനവഹൃദയത്തെ സുഗതകുമാരി ഓർമ്മയിലും മറവിയിലും അടയാളപ്പെടുത്തിയതിങ്ങനെയാണ്. നമ്മുടെ കാലത്തിൽ നമ്മുടെ ജീവിതത്തിൽ ഓർക്കേണ്ടതെന്ത്, മറക്കേണ്ടതെന്ത് എന്ന് പുതുവർഷദിനങ്ങൾ നമുക്കൊരു സന്ദേശം തരുന്നുണ്ട്. മറവി ഒരു രോഗമായി വ്യക്തിക്കുള്ളിൽ പ്രവേശിക്കുന്നതിനേക്കാൾ വേഗത്തിലും തീവ്രതയിലുമാണ് സമൂഹത്തിന് സ്മൃതിനാശം സംഭവിച്ചുകൊണ്ടിരിക്കുന്നത്.

മറവികൾക്കെതിരെ ഓർമ്മകളുടെ കലാപമാണ് ഓരോ ചെറുത്തുനില്പ്പുമെന്ന് മിലൻകുന്ദേരയുടെ പ്രശസ്തമായ വാക്യമുണ്ട്. സത്യത്തിൽ മറവിയും ഒരു ചെറുത്തുനിൽപ്പാണ്. നമ്മെ നാമാക്കുന്നത് ഓർമ്മകൾ മാത്രമാണോ, മറവികൾ കൂടിയല്ലെ? ജീവിതം വരയ്ക്കാൻ മാത്രമല്ല, മായ്ക്കാനും കൂടിയുള്ളതാണ്.

തീർച്ചയായും ഓർമ്മകളാണ് ജീവിതത്തിന് നൈരന്തര്യം നൽകുന്നത്. നിലനിൽപ്പിനെ ന്യായീകരിക്കുന്നതും അർത്ഥം കൊടുത്ത്

പൊലിപ്പിക്കുന്നതും ഓർമ്മകളാണ്. ഭൂതകാലത്തെ ഭാവിയിൽ കൂട്ടിയിണ ക്കുന്ന ഭാവനയെ അഗാധമാക്കുന്ന പ്രത്യാശകളുടെ ഊർജ്ജസ്വലത യാണ് ഓർമ്മയുടെ സർഗ്ഗാത്മകത. നമ്മുടെ ജീവിതം നാം ഓർക്കുന്നതും ഓർമ്മയിലൂടെ നിർമ്മിക്കുന്നതുമായ ജീവിതമാണ്.

ഓർമ്മയുടെ ഒഴുക്കുകൾ നിലച്ചുപോയാൽ എന്തെങ്കിലും ബാക്കി യുണ്ടാവുമോ? ഒരു വരിയിൽ നിന്നുപോയ കവിത. പാതിവഴിയിൽ നിലച്ചു പോയ ഒരു പുഴ. ഓർമ്മകളിൽ തടഞ്ഞ് മറവിയുടെ ചുരം ചുറ്റിവരുന്ന നിലയ്ക്കാത്ത കാറ്റ്. അടിച്ചുതെളിച്ചു കൊണ്ടുപോകുന്ന മേഘങ്ങളുടെ ഗർഭനൊമ്പരങ്ങൾ...

ഒരു കണ്ണിൽ ഓർമ്മയുടെ ചൂടുജലം. മറുകണ്ണിൽ മറവിയുടെ കുളിർനിലവ്. ഇങ്ങനെ ഓർമ്മയ്ക്കും മറവിക്കുമിടയിൽ ഇടാൻ മറന്നൊ രിഴയായി ജീവിതം. പഠിച്ചതും തർക്കിച്ചതുമെല്ലാം മാഞ്ഞുപോകുമ്പോൾ അവശേഷിക്കുന്നതാണ് സംസ്കാരം.

മനുഷ്യമസ്തിഷ്കം നൂറ് ബില്യൺ ന്യൂറോണുകളും അവയ്ക്കിട യിലെ എണ്ണമറ്റ ജൈവസന്ദേശങ്ങളും നിറഞ്ഞ ഓർമ്മയുടെ മഹാ വിസ്മയമാണ്. എന്നിട്ടും പലതും പൊറുക്കാനും മറക്കാനും കൂടിയുള്ള താണ് ഈ ജീവിതം എന്നു നാം അറിയുന്നു. ഓർമ്മകൾ ഒരു സ്നാനം തന്നെ; കഴുകി വെടിപ്പാക്കൽ. ഓർമ്മകളുടെ ഭാരം ഇറക്കിവെക്കു മ്പോഴാണ് പുതിയ ചുവടുകൾക്ക് പാതയൊരുങ്ങുന്നത്. ∎

ആരാണ് അപരൻ?

അപരൻ എന്ന പദത്തിന്റെ അർത്ഥമെന്താണ്? അന്യൻ എന്നും ശത്രു എന്നും രാജ്യദ്രോഹി എന്നും നരകമെന്നും ഒഴിവാക്കപ്പെട്ടവൻ എന്നും അതിനർത്ഥം വന്നതെങ്ങനയാണ്? മനുഷ്യൻ മറ്റൊരാളെ നോക്കുകയല്ല, ഭയപ്പെടുത്തിയും സംശയിച്ചും തുറിച്ചുനോക്കുകയാണെന്ന് പറഞ്ഞത് സാർത്ര് ആണ്. ഹിംസയുടെയും വിദ്വേഷത്തിന്റെയും വിഭജനരേഖ ചോരകൊണ്ട് വരയ്ക്കുകയായിരുന്നു അപരനിർമ്മിതിയിലൂടെ മനുഷ്യ വംശം. യുദ്ധങ്ങളുടെയും അധിനിവേശങ്ങളുടെയും അധികാരഗർവ്വി ന്റെയും രാഷ്ട്രീയ പ്രത്യയശാസ്ത്രം അപരത്വ നിർമ്മിതിയാണ്. വംശാ ഹന്തയുടെയും ദേശാഹന്തയുടെയും കാരണങ്ങൾ ചരിത്രത്തിന്റെ കുഴി മാടങ്ങളിൽനിന്നും ഫാസിസ്റ്റുകൾ അവർക്കാവശ്യമായ അളവിൽ പെറുക്കിയെടുക്കാറുണ്ട്.

അപരവൽക്കരണത്തിന്റെ കറുത്ത തീയിൽ ദലിതരും ആദിവാസി കളും മതന്യൂനപക്ഷങ്ങളും സ്വതന്ത്രചിന്തകരും ജീവനോടെ ദഹിപ്പി ക്കുന്ന കാലമിതെന്തൊരു കാലം? കൊളോണിയൽ അധിനിവേശങ്ങളാണ് അപരനിർമ്മിതിയെ ഹിംസാപൂർവ്വം ഉപയോഗിച്ചതെന്ന് നമുക്കറിയാം. മതവംശവർണ്ണദേശങ്ങളെ മുൻനിർത്തി ജനതകളെ ഭിന്നിപ്പിച്ചു. പൗരസ്ത്യലോകത്തെ മുഴുവൻ അതിന്റെ ആശയങ്ങളെയും വിശ്വാസ ങ്ങളെയും സംസ്കൃതിയെയും അപരിഷ്കൃതങ്ങളെന്ന് മുദ്രകുത്തി അപര സമൂഹങ്ങളാക്കി വിധിയെഴുതി. വിദ്വേഷം കുത്തിനിറച്ചു. ചരിത്രത്തിലെ പ്രതിനായകരാക്കി. എല്ലാ അമിതാധികാരങ്ങളുടെയും അടിത്തറ ചരിത്രത്തെ വക്രീകരിക്കലാണ്. വൈരത്തിന്റെ രാഷ്ട്രീയത്തിന് മൂർച്ച കൂട്ടുവാൻ സംസ്കാരത്തെയും മതവിശ്വാസങ്ങളെയും കൂട്ടുപിടിക്കും. അപരഹിംസ നരകത്തിലേക്ക് വാതിലുകൾ പണിതു.

ഉള്ളിൽനിന്നും പറിച്ചെടുക്കേണ്ട മാലിന്യങ്ങളെ വെറുപ്പിനെ അൻപി ല്ലായ്മകളെ ഒക്കെയാണ് അപരത്വമെന്ന് മുദ്രവെച്ചത്. അപരനുവേണ്ടി ഗ്യാസ് ചേംബറുകളും അണുബോംബുകളും നിർമ്മിച്ചു. കൊല്ലപ്പെടേണ്ട വരുടെ നീണ്ട പട്ടികകൾ ഉണ്ടാക്കി. അഭയാർത്ഥികളായി നാടുകടത്തി...

ഞാനെന്റെ സഹോദരന്റെ കാവൽക്കാരനോ? എന്ന അരക്ഷിതഭയത്തിന്റെ ആ ചോരച്ച നിലവിളിയായിരിക്കാം ആദ്യംകേട്ട അപരഹിംസയുടെ പഴയനിയമം.

എന്നാൽ ഒരുമയുടെ ഓർമ്മകൾകൊണ്ട് ദൃഢമാക്കപ്പെട്ട ചരിത്രവും മനുഷ്യൻ നിർമ്മിച്ചിട്ടുണ്ട്. അപരഭാവനയ്ക്ക് നീതിബോധത്തിന്റെയും സാഹോദര്യത്തിന്റെയും ചരിത്രമുണ്ട്. മനുഷ്യർ തമ്മിലുള്ള സഹവർത്തിത്വത്തിന്റെ ചരിത്രമാണത്. ആരാണ് നിന്റെ അപരൻ? അയാൾ നിന്റെ അയൽക്കാരൻ. കരുണകൊണ്ടും സമഭാവനകൊണ്ടും നീ ചേർത്തുപിടിക്കുന്ന സഹോദരനാണയാൾ.

അപരൻ എന്നത് നാരായണഗുരുവിന് ഒരു താക്കോൽവാക്യമാണ്. അപരൻ എന്നാൽ പരനല്ലാത്തവൻ എന്നാണ്. അന്യനല്ലാത്തവൻ എന്നാണ് ഗുരു അർത്ഥം കൊടുത്തത്. തൻപ്രിയം അപരപ്രിയമെന്നറിയുന്ന അപരോന്മുഖമായ ആദർശമാനവികതയിൽ ഗുരു വിശ്വസിച്ചു. ആത്മസുഖം അപരസുഖത്തിലാണ് പൂർത്തിയാവുന്നത്. മനുഷ്യന്റെ മതം മനുഷ്യത്വമാണ് എന്നു പറയുന്നതിലൂടെ മനുഷ്യർക്കിടയിലുള്ള എല്ലാ ഭേദങ്ങളും ദ്വേഷങ്ങളും അലിയിച്ചുകളയുകയായിരുന്നു. അങ്ങനെയാണ് അനുകമ്പാദർശമുണ്ടായത്.

മനുഷ്യരുടെ നീതിവ്യവഹാരങ്ങൾ തെളിഞ്ഞുവരുന്നത് അപരനെ സഹോദരനായി തിരിച്ചറിയുമ്പോഴാണ്. ഓരോ മനുഷ്യനും ഒരു അതിഥി മന്ദിരമാണെന്ന് റൂമി. പല കാരണങ്ങളാൽ അപരന്മാരായി തള്ളിമാറ്റപ്പെട്ടവരുടെ വിശാലമായ ഐക്യമാണ് ഈ കാലഘട്ടത്തിന്റെ പ്രതിരോധ നൈതികത.

അപരൻ വെളിയിലാണോ, നിങ്ങളിലെ മറ്റൊരാൾ തന്നെയാണോ? അയാൾ നമുക്ക് ശത്രുവോ, സഹോദരനോ? അപരനാക്കപ്പെട്ടവന്റെ കാവലാൾ ഞാൻ തന്നെ എന്ന് മുഴങ്ങുമ്പോഴാണ് ജനാധിപത്യത്തിന്റെ ബഹുസ്വരമായ ലയഭംഗി. അയാളുടെ അഭിമാനബോധത്തിൽ ജീവിതം വായിച്ചുതുടങ്ങണം. അപരനെക്കുറിച്ചുള്ള ചോര ചിന്താത്ത പുതുബോധം.

■

കവിത

ഒറ്റകൾ

നീ മാത്രമില്ല
നീയില്ലാത്തിടത്തെല്ലാം
നിന്റെ മണമുണ്ട് സ്വാദുണ്ട്
മാംസത്തിന്റെ നിറമുണ്ട്.

നീയുള്ളിടത്ത് നിന്നെക്കണ്ടിട്ടേയില്ല
ഇല്ലായ്മയിൽ ഇണചേർന്നിട്ടുണ്ട്
ഒരു കവിൾനിലാവിൽ
കോരിയെടുത്തിട്ടുണ്ട്
നിലത്തൊഴിച്ചുകളഞ്ഞ
ഓർമ്മപോലെ
കടലിൽ കലർന്നുപോയ
ഒരു തുള്ളി വെള്ളംപോലെ
സ്വപ്നത്തോളം നീളമുള്ള
മെത്തയിൽ നിദ്രയിൽ.

ഒരു ചെമ്പോത്തിന്റെ മറുകരയിൽ
കേട്ടിട്ടുണ്ട് നിന്റെ പഴങ്കഥകൾ
സ്വപ്നാവശിഷ്ടങ്ങളിൽ പരതിയിട്ടുണ്ട്
കണ്ടിട്ടേയില്ല.

ഒരിക്കലും വരാത്തവൾ
ഒരിക്കലും പോകാത്തവൾ
തുന്നിക്കെട്ടിയ തൊലിക്കുള്ളിൽ
ത്രസിക്കുന്നുണ്ട്
ചില ചുംബനത്തുളകൾ.

നിന്റെ ഇല്ലായ്മയിലേക്ക്
നുണകളുടെ ഒരായിരം മഴയും കാറ്റും

നിന്റെ ദൈവത്തെ
തെരുവിലെ ഒരു നിലവിളിയിൽ കണ്ടു.

നിന്നെയെന്നെങ്കിലും
കാണുമെങ്കിൽ പറയണം
നിന്റെ അമ്മ ജനിക്കും മുമ്പേ
നിന്റെ മുഖച്ഛായ ഞാനോർത്തുവെച്ചത്
ചിരികളിൽ കരച്ചിൽ നിറച്ചു
കരച്ചിലിൽ നിറയെ ഫലിതവും.

വിസ്മൃതശബ്ദങ്ങളുടെ അദൃശ്യനദിയിൽ
മറവികൾ മെനഞ്ഞെടുത്ത
രണ്ട് രൂപമില്ലായ്മകളായി
മേഘങ്ങൾക്കിടയിലൂടെ നാം തേടി നടന്നിരിക്കും
രാവെളുക്കുവോളം
പരസ്പരം കാണാതെ കേൾക്കാതെ
തൂളിപ്പോയ ചാറ്റുമഴയിൽ കുതിർന്ന്.
മൃതിയെക്കാൾ ഭയാനകം ദീർഘായുസ്സ്.

ഒറ്റകളായി നടന്നുപോയ
മറവികളായിരിക്കും
നിദ്രയോളം നീളമില്ലാത്ത
മരണത്തിൽ മരിച്ചവരായിരിക്കും. ∎

കവിത

ദൈവം മറന്നുവെച്ച ഒരാൾ

തീയിലേക്ക് എടുത്തുചാടുന്നവന്
അവന്റെ കരച്ചിൽ തന്നെ തണൽ
തീയിൽ കുളിച്ച കരച്ചിലിൽ തീരണം
ഓർമ്മകളുടെ ചീർത്തുവീർത്ത ജീവിതം.

അമ്പേൽക്കാനായി മാത്രം
ഓർമ്മകളുടെ ശരീരമെന്തിന്?
മറവി ഒരു കന്യകയാണ്
ഓർമ്മ ബലാത്സംഗിയും.

ഓർമ്മിക്കുന്നതുകൊണ്ട്
സ്വപ്നങ്ങളില്ല വിസ്മയങ്ങളില്ല
ഞാൻ മുതുക്കനും മുടന്തനും
തിയതിയും വർഷവും
ഞാൻ ഏതു കവിതയുടെ
ഏതു വാരികയുടെ
ഏതു ലക്കത്തിൽ
ഏതു പേജിൽ.

കണ്ടത് വീണ്ടും കണ്ട്
കുടിച്ചവീഞ്ഞ് വീണ്ടും കുടിച്ച്
ഓർമ്മകളുടെ എച്ചിൽ തിന്ന്
ചതുപ്പുകളിലെല്ലാം
നഷ്ടനിധികൾ തുരന്ന്...

ഓർമ്മ
തലകീഴായി കെട്ടിത്തൂക്കിയ
പുഴയുടെ കുരിശേറ്റം.

ഒരേ കടലിലേക്ക്
ഒരേ പുഴയെ
വീണ്ടും വീണ്ടും കൊണ്ടിടരുതേ.

വിടുതൽ തരണേ,
ഇളവറ്റ ഓർമ്മകളിൽനിന്നും
സംവത്സരങ്ങളെ ഒഴിച്ചുകളഞ്ഞ്
ദൈവമേ, നിനക്കൊപ്പം
എനിക്കപ്രത്യക്ഷനാകണം. ∎

www.ingramcontent.com/pod-product-compliance
Lightning Source LLC
LaVergne TN
LVHW041614070526
838199LV00052B/3147